T0110159

Pesa Zako Zinanuka

Simulizi Sisimka

Pesa Zako Zinanuka

Ben Mtobwa

Nairobi • Kampala • Dar es Salaam • Kigali

Kimetolewa na
East African Educational Publishers Ltd.
Elgeyo Marakwet Close, off Elgeyo Marakwet Road,
Kilimani, Nairobi
S. L. P 45314, Nairobi – 00100, KENYA
Simu: +254 20 2324760
Rununu: +254 722 205661 / 722 207216 / 733 677716 / 734 652012
Barua pepe: eaep@eastafricanpublishers.com
Tovuti: www.eastafricanpublishers.com

Shirika la East African Educational Publishers lina uwakilisho katika nchi za Uganda,
Tanzania, Rwanda, Malawi, Zambia, Botswana na Sudan Kusini.

Kilitolewa mara ya kwanza 1993
Kilichapishwa tena mara nane

Toleo hili 2015
Kilitolewa tena 2017, 2019

ISBN 978-9966-56-157-2

Kwa
wahujumu
na
wahujumiwa
Hapa nchini na kote duniani

Hii ni hadithi ya kubuni na haimhusu mtu yeyote aliye hai wala aliyekufa. Endapo jina au tukio fulani litakaribiana sana na ukweli fulani, jambo hilo lichukuliwe kama sadfa tu na halikukusudiwa na mwandishi.

Sura ya Kwanza

Baridi ilikuwa kali – baridi kali ya mwezi wa Oktoba hapa Arusha. Ilipeperushwa na upepo mwanana na kupaa angani na kutua kikamilifu katika mwili wa Kandili Maulana. Aliona kama aliyemwagiwa maji baridi yatokayo kwenye friji. Alitetemeka kiasi, lakini katu hakuiruhusu baridi hiyo imtawale. Aliendelea kujificha katikati ya kichaka hicho, jisu lake kali likiwa tayari mkononi, uamuzi ukiwa wazi akilini na dhati rohoni. Kwamba asingerudi bila ya kuitimiza dhamira yake. Alikusudia kuua ... lazima aue! "Lazima," alifoka kimoyomoyo.

Akaendelea kusubiri.

Licha ya baridi, mbu ambao walistawi sana kichakani hapo waliruka huku na huko kwa shangwe ya kujipatia windo ambalo halikuthubutu kujitetea. Kandili aliacha wamuume wapendavyo akichelea kuwa kuwaua kwa kofi kungeyafichua maficho yake. Alichodiriki kufanya ni kujipepesa polepole kila alipooshindwa kustahimili maumivu ya mirija ya mbu hao wenye bahati.

Macho yake yalikuwa wazi muda wote huo. Yalipambana kiume na kiza totoro kilichotanda anga nzima kiasi cha kuufanya uso wa dunia kuwa kama kitanda kilichofunikwa na blanketi zito jeusi. Kandili hakuruhusu ukali wa kiza hicho uyatawale macho yake. Ni macho hayo yaliyotawala giza. Hakutaka litokee windo lake lipenye katika kiza hicho na kuingia ndani pasi ya yeye kufahamu. Hakuwa tayari kuruhusu jambo kama hilo litokee.

1

Hata hivyo hakuwa na haja kubwa ya kuhofia jambo kama hilo. Alifahamu kwa vyovyote kuwa windo lake lingemzindua lenyewe pindi likirudi nyumbani. Alikuwa ameliacha baa, likijiliwaza kwa pombe ainaaina huku mkono wake ukiburudika kwa kukigusagusa kiuno na kupumzishwa juu ya shingo ya binti mrembo Maua ambaye walikuwa wakinywa pamoja.

"Maua ... ua halisi la roho yangu ..." Kandili aliwaza ghafla bila ya kutegemea. Kisha ghafla akayafukuza mawazo hayo na badala yake ile hasira aliyokuwa nayo moyoni awali ikachukua mahali pake. Hasira ambayo isingepoa hadi atakapohakikisha amelibadili jina la windo lake limekuwa marehemu ... "Naapa", akanong'ona, "Nitamuua ..."

"Naam ... haitakuwa vigumu ..." aliendelea kujisemeza. "Watakuja kwa gari ambalo litaniashiria kuwa wanawasili kando ya kaburi lao ... Na wanywe sana. Hii ni pombe ya mwisho. Wamo katika kusherekea kifo chao. Acha wanywe. Nitaendelea kusubiri ..."

Akaendelea kusubiri. Alisubiri kwa muda mrefu na hata akaanza kuingiwa na hofu. Laiti angekuwa na saa angeitazama. Maadamu hakuwa nayo alikadiria tu kuwa pengine ilikuwa imetimu saa tisa za usiku. Wakati wowote alitegemea kumsikia jogoo akiwika kwa mbali. Hofu mpya ikamwingia akilini. Vipi kama angesubiri hadi asubuhi na wasitokee! Pengine waamue kulala vyumba vya kukodi badala ya kurudi nyumbani. Aidha waje alfajiri wakati mbu wamekwisha mdhulumu fungu kubwa la damu na kumfanya ashindwe kutimiza mradi wake! Lakini ...

Nuru ya taa za gari ambalo lilikuwa laja kasi ikamfanya akome ghafla kufikiria yote aliyokuwa akiyafikiria. Badala yake alijiandaa kwa kukishika vyema kisu chake huku akilitazama gari hilo kwa makini lilokuwa likikaribia. Naam lilikuwa gari lile lile alilokuwa akilisubiri. Gari nyeusi aina ya Benzi. Gari la windo lake. Windo lenyewe lilikuwa nyuma ya usukani ambao ulishikwa kwa mkono mmoja, wa pili ukiyashughulikia matiti ya Maua.

Baada ya gari hilo kumpita Kandili kidogo, lilisimama mbele ya jumba kubwa ambalo lilifunikwa na kiza. Windo la Kandili likateremka na kufungua mlango. Likawasha taa ya umeme ambayo ilifanya jumba zima ligeuke bahari yenye nuru njema inayovutia. Madirisha mapana ya vioo yaliruhusu macho ya Kandili kuona hadi ndani ya jumba hilo na yalivutiwa na uzuri wa kila kitu kilichoonekana kutoka hapa. Jumba la windo lake.

Windo hilo, sasa lilikuwa limeshika msichana kiunoni likimwongoza ndani kwa hatua za madaha. Kwa Kandili ilikuwa kama adhabu nyingine ambayo hakuitegemea. Adhabu ya kushuhudia picha ya kupendeza ilihali rohoni, haikupendeza hata chembe. Picha ya viumbe wawili walio sare kabisa kwa mavazi ya thamani yaliyowapendeza vilivyo, wakiingia zao ndani kwa furaha na kumwacha yeye nje. Picha hiyo angeipenda sana angekuwa yeye mahala pa windo lake. Lakini alijua kwamba hangeweza kamwe kuchukua nafasi ya windo lake. Angeifanya picha hiyo ichukize badala ya kutamanika. Hali hiyo ingetokana na uhafifu wa mavazi yake. Kamwe yasingeafikiana na yale ya windo lake. Ukweli huo ukamfanya azidi kupandwa na hasira. Alifumba macho ili asiendelee kuujeruhi moyo wake.

Alipoyafumbua tena macho yake, picha ilikuwa imekwisha toweka na kuingia chumbani ambako hakuweza kuiona.

Taa za nyumba nzima zikazimwa, isipokuwa nuru ya buluu ambayo ilipenya kutoka dirisha la chumbani.

Ndipo Kandili alipoanza kunyata polepole kuiendea nyumba hiyo.

Alipoifikia, alitulia kimya kusikiliza. Hakusikia chochote zaidi ya mlio wa mbwa mwenye shibe au njaa, ambao ulisikika kutoka mitaa ya mbali. Kwa hadhari alilinyemelea dirisha ambalo aliliandaa mapema. Alipolijaribu likamwitikia kwa kufunguka polepole. Kimya, mithili ya paka, Kandili aliparamia ukuta na kuchupa ndani. Huko ndani, kwa hadhari zaidi, aliepa kukwaa kifaa chochote kwa kwenda polepole, hatua moja baada ya nyingine, hadi alipoufikia mlango wa chumbani. Hapo alisita kidogo.

Matumaini yake yalikuwa kuukuta mlango huu ukiwa umefungwa, aukune kwa namna ya ajabu ajabu huku akilia kwa sauti ya paka aliyekabwa koo na kulifanya windo lake liamke kwa mshangao na kufungua mlango ili kuona kisa cha muujiza huo, halafu lilakiwe na jisu ambalo litapenya kifua kuusalimu moyo. Ni hayo aliyoyapanga lakini haikutokea kuwa hivyo kwani mara tu alipoujaribu mlango, ulifunguka taratibu.

Kabla hajaingia, alijikuta akiunda picha nyingine kichwani. Picha ambayo ingemlaki chumbani humo. Kimoyomoyo aliiona wazi kabisa. Maua akiwa amelikumbatia windo, katikati ya shuka safi, juu ya kitanda kipana, akigutuka kwa kumwona bwana wake akikoroma kukata roho huku damu ikimwagika kutoka kifuani ambapo jisu litakuwa limedinda. Atatokwa na macho ya hofu na kufunua mdomo ili apige kelele. Mikono yake yenye damu itauziba mdomo huo ghafla na kisha kumnong'onezea, "Usiogope Maua, hutadhurika."

Halafu atamwambia yote aliyopanga kumwambia: "Unajua ninavyokupenda? Inuka twende zetu ... Wapi?" Kandili alijiuliza ghafla. Wapi ambapo angeenda na Maua baada ya kuua mtu?

Yeye binafsi alifahamu wazi mahali ambapo angeenda. Na alikuwa radhi kwenda huko. Angeenda gerezani kwa kifungo cha maisha iwapo angenusurika kitanzi. Asingejali kitu. Mradi awe ametimiza dhamira yake. Lakini hakupenda amtie Maua mashakani. Hakupenda baya lolote limtukie. 'Afanye nini?' Alijiuliza kimyakimya rohoni. Alipochelewa kupata jibu alijikuta akifoka rohoni: "Potelea mbali. Kwanza kuua mtu mengine baadaye." Kwa wazo hilo, akaufungua mlango polepole na kujipenyeza chumbani.

Macho yake yalitua kitandani ambako yaliona umbo zuri la Maua likiwa limejilaza chali, nusu uchi. Shuka ilifunika kiwiliwili tu na kuacha wazi sehemu kubwa ya mapaja na matiti. Nuru ya buluu iliyokuwemo chumbani humo iliufanya mwili wa Maua uwe kama picha nzuri ya buluu. Alikuwa peke yake kitandani. Li wapi windo lake? Kandili akajiuliza. Alipoanza kugeuka polepole aliisikia sauti kali kutoka nyuma ya mlango ikiamuru.

"Tulia kama unayenyolewa, kunguni wee. Ukithubutu kugeuka nyuma, kichwa chako halali ya risasi."

Kandili akaduwaa. Hakutarajia mabadiliko kama hayo. Mshangao uliongezeka alipomwona Maua akiinuka na kucheka kidogo kabla hajasema: "Umempata *darling? You are really a smart boy.*"

"Kuku hafifu kama huyu hanicheleweshi hata kidogo," mwindwa alijibu kwa sauti iliyojaa kebehi. "Haya mdudu wee, haraka tupa hilo sime lako na ukae chini. Kisha utanieleza ulichokusudia kufanya."

Amri hiyo ilimchukiza Kandili kama alivyochukia windo lenyewe.

"Chini sikai. Na iwapo wapenda kufahamu nilichokusudia si kingine zaidi ya kukuua. Nimedhamiria na nitakuua shetani wee," alifoka kiume. Ikamshangaza kusikia kicheko cha dhihaka kikimtoka adui yake. Hasira ikamtawala kiasi cha kufanya asahau amri aliyopewa na kuanza kugeuka jisu likimtangulia.

Hakuwahi kwani alikutana na pigo la kitu kizito kama kipande cha chuma ambacho kilitua barabara kisogoni pake na kumfanya aanguke chini kama mzoga, fahamu tayari zikiwa zimemtoka.

* * *

Alipozinduka, alijikuta amekalishwa juu ya kochi kubwa ambalo lilimhifadhi kistaarabu. Maumivu makali ya kichwa yalimfanya aketi kimya, macho kayafumba kwa dakika zaidi ya tatu. Alipoyafumbua tena kitu cha kwanza alichokiona ni uso unaotabasamu kwa dhihaka ukimwangalia. Uso wa windo lake ambalo sasa lilikuwa 'mwinda', yeye Kandili akiwa mateka.

Mwinda au windo la Kandili hakuwa mwingine zaidi ya Bon Kolo, kijana mwenye sifa nyingi zilizomfanya kuwa mashuhuri kama chumvi katika jiji la Arusha na vitongoji vyake. Moja ya sifa hizo zilikuwa matumizi. Hakuna aliyemzidi Bon katika starehe. Jina lake lilikuwa maarufu katika kila baa kubwa, sura yake ilikuwa mashuhuri katika kila hoteli muhimu na sahihi yake ilikuwa maalamu katika vitabu vya vyumba vya wageni. Sio hayo tu, katika harakati zake zote hizo, daima aliandamana na msichana au wasichana wazuri

wazuri ambao ndio walioijua na kuitoa siri halisi ya utumiaji wake. Kwamba kamwe hakuihurumia noti ya aina yoyote. Akiwa na msichana hakuona huruma kutupa noti ya mia kwa mayai manne na keki mbili. Wala haikutokea asilani Bon aonekane katindikiwa na pesa. Ilisemekana kuwa kila siku, kila saa na kila dakika alikuwa "kajaa".

Ni vijana wenzake ambao walibabaishwa kwa matumizi hayo.

Wazee walitetemeshwa na jina la Bon kwa ajili ya jengo maridadi ambalo alilijenga kwa muda mfupi kama hadithi. Jengo ambalo lilitosha kuhifadhi familia mbili. Lilipambwa kwa rangi ainaaina, kiasi likafichwa kwa kuzungushiwa kichaka cha maua. Nje ya jengo hilo, magari yake mawili moja likiwa Benzi aliyoipenda sana, la pili *Peugeot 504,* yalikuwa yakimsubiri.

Sifa nyingine ya Bon ambayo haiwezi kusahaulika: ni sura. Kwa kweli, yeyote angetaka kumpata mvulana mwenye sura mbaya zaidi, basi angemtafuta kijana huyu. Kwa maneno mengine, hakuna aliyemzidi kwa ubaya wa sura yake. Ubaya huo alijitahidi vilivyo kuuficha kwa mavazi mazuri, ambayo mengi yalitoka nje ya nchi lakini hakufanikiwa sana sana. Mara kwa mara watu walijizuia kucheka au kulia.

Naam, huyo ndiye Bon. Mtu ambaye Kandili alimtaka awe maiti.

Tazama sasa alivyostarehe akimcheka kwa tabasamu lake lisilo na ladha ya tabasamu.

"Wewe..." Kandili alijaribu kufoka kidhaifu. Badala ya sauti yake kuwa kali kama alivyoikusudia ilitokea kama mnong'ono tu wa mgonjwa aliye mahututi kitandani, jambo ambalo lilimfanya Bon azidi kumcheka. Akainuka na kuliendea friji ambalo alilifungua na kutoa mvinyo. Akajaza glasi na kumletea Kandili.

"Kunywa hii, itakuongezea nguvu yote kwa fundo moja."

Kandili aliinua glasi na kutaka kuitupa katika uso wa Bon. "Nitakuweka sawa ..." alisema lakini udhaifu wake ulimfanya Bon amkabe mkono na kumzawadia kofi kali la shavu. Kofi ambalo lilimchangamsha zaidi ya mvinyo.

"Nilidhani u mpumbavu. Kumbe u zaidi ya mpumbavu. Sijui kwa nini hushangai vipi nimekuacha hadi sasa badala ya kuwaita polisi ambao wangekutia pingu na kukutupa mahabusu ambako ungesubiri kifungo kirefu kwa kosa la kujaribu kuua. Sivyo?" Bon alimaliza kwa swali.

Kandili ambaye alikuwa amemsikiliza kwa makini, akazinduka kwa swali hilo. Kweli, kwa nini Bon amenihifadhi hadi sasa badala ya kuinua simu kuwapigia polisi? Na ilikuwaje amnase kirahisi namna ile kama ambaye alifahamu kuwa alikuwa akiwindwa? Maswali hayo ambayo yalielea kichwani mwake pasi ya jibu lolote yalimfanya aduwae kumtazama Bon, uso wake ukidai ufafanuzi.

"Au vipi?" Bon alihoji tena huku kamkazia macho yaliyobeba kicheko cha ndani kwa ndani. "Lazima uelewe tangu leo, ni sasa bwana nani sijui – Kandili – kuwa mimi nakupenda sana. Na nataka unipende kwani tutakuwa marafiki wapenzi ..."

Kandili hakusikia yote. Masikioni mwake sauti ya Bon ilikuwa imejaa kashfa kama ambavyo macho yake yalivyodhihaki. Akajikuta akirudiwa na hasira. Laiti angepata chembe ya nguvu kidogo tu juu ya udhaifu wake, angeruka na kumkaba Bon koo ammalize. Hakuna kingine chochote alichokitaka zaidi ya hicho. Urafiki! Yeye na Bon! Hilo lilikuwa tusi zito kuliko yote aliyowahi kutukanwa. Bon alikuwa adui yake. Adui mkubwa kuliko shetani. Matendo aliyokuwa kamtendea yalikuwa maovu yasiyostahimilika. Kwa ufupi, Bon alikuwa amemuua kitambo kwa kumwacha kama mzoga tu utembeao barabarani bila mwelekeo wala matumaini. Ndipo alipoamua kwamba haikuwepo njia nyingine ya kulipiza kisasi ila ya kumuua. Baadaye, angepokea kitanzi badala ya kustahimili kuoza polepole angali hai.

Ni jana tu aliporuhusiwa kutoka gerezani. Kisa Bon. Ni usiku wa jana tu alipojikuta akilala nje baada ya kufukuzwa chumba alichokuwa kapanga. Kisa Bon! Na yule msichana ambaye Bon anaranda naye sasa. Naam Maua! ...

Hangestahimili zaidi. Machozi mengi yakamtiririka, na kumziba macho hata asiweze kumwona Bon ambaye aliendelea kukaa mbele yake, tabasamu la mzaha likicheza usoni mwake.

Kama ni uadui ulikuwa umeanza miezi miwili tu iliyopita. Siku hiyo jioni Kandili alikuwa katoka kazini kwa shauku kubwa na furaha isiyo kifani. Alipofika nyumbani, alioga kwa uangalifu, akatana nywele kikamilifu na kisha aliichagua ile suruali yake aliyoiamini miongoni mwa suruali zake tatu. Alivaa suruali hiyo na shati lake jipya alilolinunua majuzi akajichunguza kwa makini sana kwenye kioo chake chenye ukubwa wa karata. Kisha akavaa viatu vyake vyekundu ambavyo aliviweka *kiwi* vikameremeta vikawa kama vipya. Japo hakuyaamini mavazi yake, alitegemea uzuri wa sura yake. Hakuwa na shaka nayo. Mara kwa mara alikwisha sikia minong'ono ya wasichana ikimsifu kwa sura na umbo. Kwamba 'aliumbwa akaumbika'. Hivyo siku hiyo alichunguza vizuri sura hiyo katika kioo akiweka sawa kila udevu na unywele uliothubutu kwenda kinyume cha mpangilio. Baada ya hayo, alijitokeza barabarani na kuanza kuuliza saa kwa wapitanjia.

Ilikuwa jioni njema kwake. Jioni ya kipekee. Jioni ambayo Maua Arubu, msichana ambaye alikuwa akimtamani kwa miaka miwili na kumtongoza kwa mwaka mzima, leo alikuwa amekubali kumtembelea. Sura ya Maua ilikuwa nzuri kama ua. Umbo lake lilipendeza mno, mwendo wake ulivutia na ungefanya mwanaume yeyote ajisahau na kumfuata. Utazamapo macho ya msichana huyu, ungedhani yanakuita. Sifa hizi zilijenga shauku moyoni mwa Kandili. Kandili alijua kwamba jioni hiyo ingefungua ukurasa mpya wa furaha na akaingojea kwa hamu kubwa.

Tangu siku ile ambayo alianza kazi na kumkuta Maua nyumba ya mashine ya kuandikia katika mojawapo ya ofisi za hapo, Kandili alijikuta hana hali. Macho ya Maua yakatimiza wajibu wake kwa kumfanya Kandili ajikute akimsogelea na kujibu salamu ambayo hakuwa amesalimiwa. Baadaye ikamdhihirikia kuwa Maua alikuwa hamsikii wala kumwona, na alikuwa kazama katika shughuli zake. Ndipo Kandili alipopata maradhi yake. Maradhi ambayo aliishi nayo muda mrefu. Maradhi ya tamaa na kutamani. Juhudi zake zote za kumpata Maua hazikusaidia. Mara alikuwa mwingi wa kiburi na alikataa kusikia lolote kutoka kwa Kandili wala mtu yeyote hapo kazini.

Kisha ikatokea siku hiyo ya pekee. Kandili alikuwa kaduwaa, akimkazia Maua macho yanayosihi na kubembeleza baada ya maneno yake kutozaa matunda. Kama ndoto, Kandili alimwona Maua aking'oka kutoka kitini mwake na kumjia. Alipomfikia, alimgusa bega kumnong'oneza kwa sauti ya mahaba: "Sikia, tukutane leo pale *Metropole* halafu utanichukua nyumbani."

Ujumbe huo ukamfanya Kandili aruke hadi ofisini mwake ambako aliaga na kuelekea Banki ya Nyumba ambako alichopoa akiba yake yote ya shillingi mia nne na kuziweka mfukoni. Baada ya kuvaa mavazi yake alikiacha kitongoji chake cha Makao Mapya na kukata mitaa hadi barabara ya Uhuru ambayo aliifuata hadi jumba la sinema *Metropole* kumsubiri Maua, nusu saa kabla ya muda waliopanga.

Maua alifika! Akiwa katika uzuri wake ule na nyongeza ambayo ilitokana na mavazi yake ya thamani yalivyomchukua kana kwamba alizaliwa nayo. Mavazi ambayo Kandili hakufahamu yanaitwaje. Kandili hakujua amlaki vipi. Kwa mshangao alibaki kaduwaa kama asiyeamini kinachotokea; akimtazama Maua ambaye alimjia na kumshika mkono.

"Za kutwa," alisalimiwa.

Kandili hakumbuki kama alijibu au la.

"Umepata tikiti?" Alihoji tena.

Pengine alijibu, pengine hakujibu. Alichokumbuka ni kuzitoa tikiti hizo na kumkabidhi Maua moja.

Mara ikatokea gari aina ya Benzi na kusimama hatua chache kando yao. Maua na Kandili wakageuka kulitazama. Macho yao yakagongana na yale mabaya ya Bon ambaye alikuwa akimtazama Maua. Bila neno lolote mara moja Maua alimwacha Kandili na kumfuata Bon ambaye alimfungulia mlango upande wa pili. Mara tu Maua alipoingia na kuketi gari lilitiwa moto; wakaondoka na kutoweka. Kandili akabaki ameduwaa, hafahamu kilichotokea. Kilichomzindua ni vicheko vya watu waliokuwa kando yake ambao muda mfupi uliopita walimtazama kwa wivu na husuda.

"Ulie tu mjomba," alitamka mtu mmoja aliyekuwa karibu. "Huna mtumba. Huna ngawila, utashindana wapi na yule?" Sauti hizo zilifuatwa na vicheko, macho yote yakimtazama Kandili. Kama mgonjwa mwenye maradhi ya mgongo, akaondoka kwa kujikongoja akitafuta huko lilikoelekea gari. Alipotahamaki, alijikuta yuko Sanawari. Akageuka na kuanza safari ya kurudi nyumbani kwake ambako alijifungia na kujilaza chali juu ya kitanda chake.

Kesho yake, kazini, alikuwa kama mgonjwa. Aliketi nyuma ya meza yake, kachanganyikiwa, hajui lipi afanye. Wengi waliothubutu kumsalimu walitupiwa macho makali ambayo yaliwafanya wamwepuke hima. Kichwani alikuwa kabeba mzigo mzito wa hasira na aibu. Mzigo ambao ulimlemea na kumpa maumivu makali moyoni. Alimshukuru Mungu kwamba Maua hakutokea mbele yake. Hakujua angemtazamaje.

Alikuwa bado katika hali ya kuyaganga maumivu hayo mlango wa ofisi yake ulipofunguka na mtu yule yule ambaye alikuwa kisa na asili ya aibu yake kuingia. Bon aliingia kwa kiburi kama mtu aingiaye chooni na kumtazama Kandili kama atazamaye kinyesi.

"Bwana mdogo," alianza maongezi pasi salamu ya aina yoyote.

"Wewe ndiye Kandili. Afisa wa Stoo? Kandili alipochelewa kujibu Bon aliongeza, "Usiseme kuwa mama yako hakukufunza adabu bwana mdogo. Kaka yako anapokuuliza jambo jibu haraka. Au sivyo, utajikuta nje ya ofisi hii, kiti hicho kakalia mwingine."

Maumivu ya aibu aliyokuwa nayo yakamtoka ghafla. Nafasi yake ikamezwa na hasira kali. Bila ya kufahamu atendalo, alijikuta ameiacha meza na kumkabili Bon huku akinong'ona: "Tafadhali ..."

"Unathubutu kunitukana?" Bon alifoka kwa sauti kubwa. "Wewe, wewe, wewe ..."

"Tafadhali..." Kandili alijaribu tena kusema. Safari hii alikatizwa na kofi kali ambalo hakulitarajia, hivyo likatua vyema juu ya shavu lake. Likafuatwa na jingine. Kabla hajafahamu linalotokea na lipi alistahili kufanya, aliona mlango ukifunguliwa ghafla na kuruhusu umati wa wafanyakazi wenzake kuingia wakitanguliwa na mwanamgambo mwenye bunduki. Baadhi yao walitaka kuelewa kilichokuwa kikitendeka, ilhali kile kikundi kilichoongozwa na mwanamgambo kilimvamia Kandili na kumkandamiza sakafuni. Kamba zikapitishwa juu ya mikono na miguu yake.

"Niacheni," alijaribu kujitetea. Hakuna aliyemsikia. Kila mmoja alikuwa akisema hili au lile.

"Ana wazimu," ilidai sauti moja. "Tangu nilipomwona asubuhi nilifahamu kuwa kichaa kimempata."

"Shauri ya kutongoza wake za watu. Sijui tumpeleke wapi."

"Milembe haimsaidii mtu aliyelogwa," aliropoka mwingine.

"Niacheni. Mimi sio mwehu ..." Kandili alizidi kujitetea. Juhudi zake zilifanya waliomshika wazidi kumshika vizuri.

Kimya cha ghafla kikazuka pindi meneja mkuu, Idrisa Kalulu alipotokea. "Ya nini vurugu yote hii katika ofisi hii?" Alihoji kwa kunguruma. Baada ya kuelezwa na Bon ati alipoingia ofisi hiyo tu Kandili alimvamia kwa matusi na mapigo, Meneja huyo alifoka tena: "Na kwa nini bado mnamweka hapa? Haraka mpelekeni hospitali ya wagonjwa wa akili."

"Mimi sio mwehu, mzee. Ngoja niseme ..."

Basi utapelekwa polisi. Wao watakushughulikia. Siwezi kuvumilia kuwa na mtumishi asiye na nidhamu kiasi cha kuwashambulia wateja kabla hata hawajamweleza shida yao." Kisha Idrisa alimgeukia Bon na kumwomba radhi kwa niaba ya wafanyakazi wote.

Kandili akapelekwa polisi. Baada ya kuthibitika kuwa alikuwa na akili timamu, akapelekwa mahakamani ambako hoja zake hazikusikilizwa kabisa. Hakucheleweshwa kutupwa gerezani. Gereza ambalo lilimtesa kuliko alivyotegemea.

Zaidi ya mateso ya gerezani, aliumia sana rohoni. Alijua kuwa amepoteza kazi na hadhi. Hakujua angeishi vipi. Wala hakudhani angeweza kupata kazi nyingine baada ya rekodi hiyo chafu. Alifahamu pia ugumu wa kupata kazi siku hizo, hasa kwa mtu kama yeye. Mtu asiye na ndugu yeyote mwenye madaraka. Wazo la kusafiri aende kwao kijijini lilimjia na kumtoka mara moja. Angewezaje kuutazama uso wa mwanamke mzee, mjane, mwenye watoto wengine wanane, ambao wote waliutegemea mshahara wake? La, asingemwongezea huzuni mama yake kwa kummiminia habari za kusikitisha kama hizo.

Ndipo akapata wazo la kumuua Bon. Akapata kisu ambacho alikificha mfukoni na kuanza kutangatanga huko katika mabaa akimtafuta. Kwa bahati akamwona katika moja ya baa hizo, Maua akiwa ubavuni mwake. Aliwatazama mara moja tu na kurejea nje ambako aliinyemelea nyumba ya Bon na kukesha akimsubiri, ili amuue.

* * *

Naam, Bon ambaye sasa anadai kuwa yu rafiki ampendaye sana! "Sikiliza wewe unayejiita Bon. Sina nguvu dakika hii.

Lakini huna budi kufahamu kuwa nakuchukia sana. U adui yangu, na utaendelea kuwa adui hadi nitakapoenda kaburini. Na ni lazima ufahamu kuwa utanitangulia katika safari hiyo. Usijidanganye kuwa nitakuacha hai duniani."

Hotuba yake ikaligeuza tabasamu la Bon kuwa kicheko. "U mjinga kama hujaamini hadi sasa kuwa nakupenda Kandili. Tangu nilipokuona ukinitazama pale baa, kwa jicho ambalo kila aliyeliona angejua kuwa linatangaza kifo changu, ningeweza kukuitia polisi ambao wangekuhifadhi gerezani. Nilikuacha kwa kuwa tunakuhitaji. Kwa kweli u kijana mwenye bahati sana." Bon alipoona macho ya Kandili bado hayaonyeshi ishara ya amani alihoji, "Huamini tu? Basi u mzito wa kuelewa mambo. Kwa kukufafanulia, kwamba vurugu yote ile iliyotokea pale kazini kati yangu na wewe, ilipangwa kikamilifu ingawa wewe uliona kama ugomvi, hasa baada ya kukupokonya yule msichana Maua pale *Metropole*. Hukuwa na haki ya kununa kiasi kile, kwani Maua ni wangu wa muda mrefu. Ni wewe uliyekuwa mdokozi tena usingetokea wakati mzuri zaidi ya ule. Ni wakati ambao tulikuwa tukitafuta chanzo cha kukuchukiza ili tupate mwanya. Kifungo chako vilevile kimedhamiriwa, kama alivyoandaliwa yule mgambo na hakimu. Hiyo ndiyo sababu pekee iliyokufanya ufungwe kwa muda mfupi."

Kandili alizidi kuduwaa. "Yaani ... Unataka kusema ..." akababaika na kunyamaza tena.

"Nataka kusema kuwa yote yale yalikuwa mzaha tu. Kesho nenda zako kazini. Mwone Meneja Mkuu wenu na kumweleza kuwa umemwona Bon Kolo, atakurudisha kazini bila tatizo lolote," Bon alimaliza na kutulia akitazama uso wa Kandili ulivyokuwa ukiimeza habari hiyo kwa mshangao.

"Mbona hujafurahi?" Bon alihoji baada ya kitambo cha ukimya. "Vipi bwana Kandili. Hujaamini?" Halafu akaongeza: "Au ni kwa ajili ya huyu Maua? Unababaishwa na uzuri wake? Lazima nikuhakikishie leo bwana Kandili kuwa uzuri wake si lolote si chochote mbele ya pesa. Pesa ambazo utazichezea kama karata endapo utakuwa rafiki yangu mpenzi. Kama unamtaka, leo nitamkabidhi kwako. Akithubutu kukuzungusha nitamtisha ajue mimi ni nani. Wanawake ni viumbe duni sana. Nitakuacha naye na kuondoka zangu hadi mjini ambako nitalala na mwingine chuma zaidi yake."

Baada ya maelezo hayo Bon aliingia chumbani ambako alisikika akimwamuru Maua jambo fulani, kisha akatoka na kumuaga Kandili. Akatoka nje ambako gari lilisikika likiwaka na kuondoka.

Kandili aliendelea kupigwa butwaa juu ya kochi alilokuwa kakalia hadi aliposikia sauti ya Maua kutoka chumbani ikimwita.

"Njoo basi Kandili. Si ulikuwa wanitaka siku zote?"

Sura ya Pili

Aliingia katika ofisi ya Meneja Mkuu kwa mashaka mashaka, hasa baada ya kugonga mlango kwa muda mrefu bila ya kujibiwa. 'Ingia' iliposikika ndipo alipofungua na kujikuta ana kwa ana na mzee Idrisa Kalulu, ambaye alimtazama kwa macho yake makali yaliyofunikwa kwa miwani myeupe. Kwa muda, Kandili aliduwaa mbele ya macho hayo, kidogo akitetemeka miguu na mikono, wakati wowote alitegemea kufukuzwa kwa sauti au mkono.

"Karibu, karibu, kijana wangu," Kalulu alimlaki Kandili. Karibu sana. Keti kitini mwanangu. Pole sana kwa mkasa uliokupata. Hata hivyo sio kitu sana. Ndio ukubwa huo. Alaa, mbona hujaketi?"

Kandili akaketi. Hata hivyo mshangao ulikuwa bado haujamwacha.

Hukutegemea ukarimu wa kiasi hicho kutoka kwa mkuu wake, hasa baada ya matukio yaliyomsibu. Kwa kawaida Idrisa Kalulu alikuwa mtu mwenye kiburi na kuchukiza. Mfanyakazi yeyote aliyekuwa na tatizo alilazimika kumsubiri kwa saa nyingi kabla hajamwona, na alipofaulu kumfikia, alishugulikiwa kwa jibu fupi: "Nione kesho." Mara nyingi kesho iliendelea kuwa kesho. Kadhalika, tabasamu ambalo Kandili alibahatika kupewa lilikuwa ni baadhi ya mambo adimu sana kwa wafanyakazi wa kampuni hii.

Hivyo, mapokezi hayo yalimshangaza Kandili sana akaona kama mtu aliye ndotoni. Ingekuwaje hivi baada ya mambo yote yaliyomkuta huko nyuma; kifungo, jaribio la kuua, pamoja na yote yaliyotukia baina yake na Maua. Au pengine kweli alikuwa anaota. Ingawa alimwamini na kufuata ushauri wake, hakutarajia kupata tena kazi yake. Alitarajia kufukuzwa kama mbwa mara tu atokeapo mlangoni. Alitarajia kukabidhiwa barua ya kufutwa kazi. Kalulu alikuwa kama anayesoma mawazo yake. Usishangae kijana wangu, niwie radhi kwa uamuzi wangu wa kukusukuma mahakamani. Baadaye niliujutia sana uamuzi ule. U mfanyakazi bora kuliko wote nilio nao hapa. Nilifahamu kuwa pengine uliamkia mkono mbaya ndipo ukamshambulia yule kijana Bon bila sababu yoyote ya maana. Ngoja, ngoja kidogo. Niliona vilevile kuwa kuondoka kwako kungeacha pengo ambalo lingetuchukua muda mrefu kuliziba. Mawazo hayo yalinifanya nikimbilie polisi ili nikudhamini. Nikagutuka nilipofahamishwa kuwa tayari umehukumiwa kifungo. Nilifarijika tena mara baada ya kuambiwa kuwa kifungo chako kilikuwa kifupi. Hivyo nimekuwa nikisubiri kwa hamu siku ya leo. Siku ambayo ungerudi tena kazini. Kwa hiyo kazi ni yako Kandili. Nitafanya juu chini tukio hili chafu lisiingie kabisa katika jalada lako na kuchafua jina lako nzuri," Kalulu alimalizia.

"Ahsante sana mzee," Kandili alisema akijitayarisha kuinuka. "Huna haja ya kunishukuru," Kalulu alimjibu. "Sasa naona uende ukaendelee na shughuli zako. Bila shaka kazi nyingi sana zinakusubiri."

"Nakushukuru tena mzee," Kandili alisema akijitayarisha kuinuka. Kalulu tayari alikuwa amezama katika kazi yake, hivyo Kandili aliinuka na kuelekea mlangoni. Alipoufikia mlango, Kalulu aliita.

"Kijana. Nilisahau jambo moja muhimu. Ningekushauri uusahau uadui wako na Bon mara moja na kujitahidi kuwa rafiki yake mpenzi. Ni kijana mwenye busara sana ambaye atakufanya nawe ujione kuwa umezaliwa. Unalotakiwa kufanya ni kumsikiliza kwa makini bila ya hofu yoyote ukizingatia kuwa mimi kama mkuu wako naufahamu uhusiano huo. Kwa kweli u kijana mwenye bahati sana. Haya nenda."

Kandili hakujua ajibu nini zaidi ya 'ahsante mzee'. Ofisi yake aliikuta kama alivyoiacha isipokuwa kilichozidi ni vumbi kidogo juu ya meza yake. Aliipanguza vumbi na kupangapanga mafaili yake kwa namna inayostahili. Kisha aliketi na kutulia kwa muda kabla hajaamua aanze kufanya lipi kati ya kazi nyingi zilizokuwa zikimsubiri.

Mara alianza kupokea wageni. Wafanyakazi wenzake, ambao walimjia mmoja baada ya mwingine kwa nia ya kumpa pole. Alijibu maswali haya na yale. Swali ambalo hakuweza kulijibu ni lile lile ambalo yeye binafsi alikuwa ameshindwa kulijibu. Swali lililomtaka kufafanua vipi amefanikiwa kurudi kazini kirahisi namna hiyo. Kwa kweli ilikuwa kama muujiza machoni mwa kila mfanyakazi wa TOKO aliyemfahamu vyema Meneja Mkuu Kalulu. Watu walikuwa wakifukuzwa kwa makosa madogo tu, hata kama wangeomba radhi kwa machozi ya damu. Iko hadithi ya mpiga chapa aliyefukuzwa kazi kwa kumwambia Kalulu ukweli kuwa alikuwa amechoka. Kadhalika haijasahaulika habari ya yule mama mzee aliyefukuzwa kwa kukamatwa na kijiko kimoja cha dawa ya Oxton ambacho alilazimika kuiba baada ya kuomba wanaohusika bila ya mafanikio, na aliihitaji sana kwa maradhi yake. Vipi basi Kandili arudi kazini?

"Wenzetu wakubwa hawa," alisema mtu mmoja.

"Hapana, lazima amemtengezea chochote," alipendekeza mtu mwingine.

Wazo hili la pili likaelekea kuungwa mkono na wengi. Tabia ya Kalulu ya kupokea 'chochote' ilijulikana na wengi. Wengi walioajiriwa waliwajibika kutoa 'chochote'.

Kandili hangeweza kujitetea aaminike.

Walipomkinai aliendelea na kazi yake kama kawaida. Jioni alirudi nyumbani kwake bila ya wasiwasi wowote.

* * *

"Nilikuambiaje bwana? Kazi ilikuwa ikikusubiri ile. Ni yako na itaendelea kuwa yako maadamu u rafiki yangu mpenzi," alieleza Bon Kolo akitabasamu kidogo.

Bon alikuwa amemjia muda mfupi tu baada ya Kandili kuufungua mlango wa chumba chake ambamo alijitupa kitandani akitafakari mengi. Alimkaribisha Bon kwa uchagamfu mkubwa ambao yeye binafsi hakujua ulikotoka. Uadui wa usiku wa jana tayari ulikuwa umezama na kusahaulika kwa ajili ya wingi wa matukio. Bon aliingia chumbani humo kama asiyetaka mfano wa malaika aliyekosea mlango wa peponi na kujikuta jehanamu. Kwa muda ambao Kandili aliuona mrefu, Bon alisimama katikati ya chumba, akichunguza mahali panapomstahili kuketi: juu ya mojawapo ya stuli nne za mbao zilizozunguka meza, au juu ya kitanda. Akachagua kuketi juu ya stuli.

Kwa mara ya kwanza, Kandili alikionea aibu chumba chake. Hasa, alipokifananisha na kile cha Bon ambacho kilimfanya mgeni aone amekaribishwa sawasawa. Si hapa kwake ambapo wageni wanananing'inizwa juu ya stuli bila tumaini lolote la kupata kinywaji cha kuridhisha. Vipi siku ambayo mama yake atajikongoja kumtembelea? Naye 'atatundikwa' juu ya stuli?

"... kwa hiyo utulie ukifanya kazi yako bila hofu," Bon

alikuwa akieleza. Kandili hakuwa amemsikia. Hakujua mangapi yalimpita.

"Samahani, nilikuwa mbali kidogo," akakiri.

"Naona. Nilichokuwa nikisema ni kwamba hii ni nafasi yako pekee ambayo itakuondoa katika kundi la malofa na kukuweka katika orodha ya matajiri wa jiji hili. Bila shaka yoyote, wakati kama huu, mwaka ujao utakuwa na gari lako mwenyewe, akiba nzuri ya noti. Izingatie sana nafasi hii. Bahati haipigi hodi mara mbili katika maisha ya mwanadamu."

"Kunradhi tena tafadhali," Kandili alidakia tena. "Sijakuelewa vizuri. Ni nafasi ipi hiyo? Kama kuipata tena kazi yangu, sidhani kama kutaleta mabadiliko yoyote. Huu ni mwaka wangu wa pili kazini. Haukuleta matunda yoyote. Vipi mwaka wa tatu u ..."

"Usiwe mzito wa kuelewa Kandili," Bon alimkata kauli. "Wewe u mtu mzima sasa. Kazi umeifanya miaka nenda rudi. Matokeo hukuyaona. Si wewe tu. Hata meneja wako Idrisa haoni matunda yoyote. Kwa kukupenda ndipo akaona akuhurumie wewe ili nawe upate faida, katika mradi maalum ambao utatuletea fedha nyingi."

"Mimi! Kwa nini mimi?" Akauliza.

"Hutaki? Huitaki bahati biyo? Ni rahisi sana. Kesho tu Idrisa anaweza akampata afisa mwingine wa stoo ambaye watashirikiana vyema na kunufaika. Wewe utabaki kama ulivyo au chini zaidi," Bon alinguruma kwa hasira kidogo.

Ghafla Kandili akaelewa. Bon na Idrisa walikusudia kumtumikisha au kumshirikisha katika njama chafu za kutumia unga wa Oxton kwa manufaa yao badala ya taifa. Yeye akiwa kama afisa wa stoo, Idrisa Kalulu kama meneja mkuu, wangeweza kufanya lolote ambalo wangependa bila ya bughudha yoyote kutoka kwa watumishi wengine.

Oxton, dawa maalum ambayo imegunduliwa hivi karibuni, dawa pekee inayotibu palala - ugonjwa uliokuwa ukiteketeza maelfu ya watoto nchini na duniani kote, ilikuwa na viwanda viwili tu duniani. Kimoja kilikuwa huko London, Uingereza, cha pili kikiwa hapa Arusha. Dawa hizo zilithamanika kama lulu na kuhifadhiwa mfano wa dhahabu. Mahitaji yake yakiwa makubwa na serikali ilikuwa ikifanya kila iwezalo kuongeza uzalishaji, jambo ambalo halikuelekea kafaulu. Watoto wengi waliendelea kufa kwa palala.

Dawa kama hiyo kuificha na kisha kuiuza kwa magendo! Dhambi ilioje? Aache watu waendelee kuteketea! Aache akina mama waendelee kuwalilia watoto wao wanaokata roho!

"Haiwezekani!" Akafoka ghafla. "Siwezi kufanya unyama wa kiasi hicho."

Bon akamkenulia meno ya dharau. "Lazima. Huna budi. La sivyo, utakufa kama ulivyo."

"Bora kufa maskini kuliko dhambi nzito kama hiyo."

"Mjinga sana basi. Unaijua dhambi wewe? Dhambi ni nini? Unachofanya ni kuropoka mahubiri ambayo umeyasikia kwa watu wengine tu. Mahubiri ambayo hayana uzito. Maisha ni yako tu. Unapowafikiria wengine wakati mwenyewe huna lolote ni dalili ya umaskini wa akili. Unaonaje hali za hao wanaohubiri hayo? Huoni kama hayo ni maneno yanayowapatia wao kula? Wasipohubiri hivyo wewe utaamka na kuwa kama wao. Tumia akili Kandili."

Kimya kifupi kikafuata. Bon akifikiri, Kandili akitafakari.

"Wala sio dhambi kama unavyohisi wewe. Hatutawaibia wananchi dawa hiyo. Wataendelea kuipata ingawa kwa njia ya mzunguko kidogo. Katika mzunguko huo, wewe utapata kile ambacho kitakuinua," akamaliza Bon. Alipoona Kandili hajajibu lolote aliongeza:

"Hutakuwa na lolote la kufanya. Kwa kweli utapata utajiri wako kwa urahisi kuliko mtu yeyote hapa duniani. Kazi yako itakuwa kuandika ripoti za bandia tu. Ripoti ambazo zitathibitishwa na mkuu wako Idrisa. Mengine yote mimi nitayanyoosha."

Kandili akafunua mdomo kutaka kutamka neno. Neno ambalo lilipotelea mdomoni na kumwacha domo wazi mithili ya mtu mwenye mafua. Jambo ambalo lilimchekesha Bon.

"Labda nikuache ufikiri," alitamka akiinuka. Mkono wake ulizama mfukoni na kuibuka ukiwa na kitita cha noti za mia mia. Akachambua kumi na kumkabidhi Kandili huku akisema: "Watu wengine hufikiri vizuri zaidi chupa zikiwa wazi mbele yao. Pengine wewe u mmoja wao. Kajipatie mbili. Ukitaka mwalike Maua pia. Nadhani uhusiano ulijengeka jana. Au sio? Haya bwana Kandili kafikirie kwa makini ukizingatia ukweli kuwa bahati haipigi hodi mara mbili."

* * *

Hakufikiri lolote.

Alichofanya ni kujilaza tena chali juu ya kitanda chake mara Bon alipoondoka. Kichwa chake alikiona kitupu, kana kwamba kilikinai yote. Macho yake yalikuwa wazi yakitambaa huku na huko chumbani humo, yakipima kila yaliyokipitia. Kila kitu alikiona duni sasa. Hakuona chochote kinachomstahili.

Macho hayo yakakiacha chumba na kusafiri nje. Nje sana. Safari ya umbali wa mamia ya maili, miaka kadhaa ya nyuma.

Huko, macho ya Kandili yalimwona mtoto mchafu mwenye mavazi duni na mabovu yaliyoruhusu matako kuwa nje, akienda shule, kwa mwendo wa unyonge. Unyonge

23

wa mtoto huyo ulidhihirika wazi miongoni mwa watoto wenzake. Mtoto huyo alikumbana na macho ya wenzake yaliouhukumu uhafifu wake. Macho hayo yalisisitiza pengo lililopo baina yake na wenziwe hao. Jambo hili lilimfanya mtoto huyo kuwa na rafiki mmoja tu: Kitabu. Alikiheshimu kitabu kama baba na kukithamini kama mama. Akakitii na kukifuata kwa makini mno. Matokeo ya tabia hiyo yakawa hadhi na faraja kwake. Kwani jina lake lilitanguliwa kutajwa katika matokeo ya kila mtihani uliofanywa na daraja lake.

Mtoto huyu ni wa kwanza katika familia ya watu wanane. Familia ambayo iliongozwa na mwanamke mjane. Wote walimtegemea mama huyu katika kuilea familia hii ambayo ilimwangukia mikononi baada ya mume wake kufa kwa kipindupindu, mtoto wa kwanza akiwa na umri wa miaka kumi tu. Jembe halikutoa matunda ya kutosha. Ardhi ilikuwa imelikinai hata ikaanza kulinyima mavuno yanayostahili. Hivyo umaskini ukaendelea kuitawala familia hii ukitishia kuimeza kabisa. Watoto wakaendelea kuvaa matambara, wakila kwa kubahatisha – chakula ambacho hakikuwa na vitamini yoyote zaidi ya kujaza tumbo.

"Soma. Soma mwanangu. Soma uwainue nduguzo," ulikuwa wimbo maalumu wa mama huyu kwa mwanawe wa kwanza.

Mwana akaendelea kusoma. Alisoma kila kitabu. Alisoma usiku na mchana. Akashinda mitihani yote ya shule za msingi na kuingia sekondari. Masomo yake ya sekondari yalikuwa magumu sana. Mahitaji yalikuwa mengi, yakamkamua mama yake jasho na kumwacha mkavu kama ukuni.

Kijana huyu angesoma hadi chuo kikuu lakini alirukwa na akili wakati wa maandalizi ya mtihani wa mwisho wa darasa la kumi na nne. Akili ilimpaa akaanza kuvua nguo hadharani, huku akitafuna karatasi. Wanafunzi wenzake walimwahi na kumpeleka hospitali wakidai kuwa ana wazimu, jambo ambalo mwenyewe alilipinga sana na kulipigania. Alikaa wiki nzima huko hospitali. Alipotoka, mitihani ilikuwa ikikaribia ukingoni. Akalazimika kurudi nyumbani. Nyumbani ambako mamaye na nduguze walidai kuwa alikuwa amelogwa. Walipiga ramli na kumpata mchawi huyo. Hawakumfahamu; kwani kila mpiga ramli waliyemwendea, alimtaja mtu tofauti. Mmoja alidiriki kumtaja mama yake.

Halafu kazi ikatokea. Mtoto akaitwa mjini Arusha kuanza kazi. Kazi ya maana. Afisa! Maandalizi yakaanza ya kumtoa kwao Kwamtoro, wilaya ya Kondoa mkoani Dodoma hadi jijini Arusha. Akaanza kazi kwa matumaini makubwa. Haikumchukua muda kugundua ya kuwa matumaini yake yote yalikuwa ndoto njema isiyo ya mategemeo. Mshahara wake, ingawa alijitahidi kadiri ya uwezo wake, kamwe hakuona kuwa ulitosha kuyakabili mahitaji yake walao ya muhimu tu. Mshahara huo huo ulihitajika nyumbani kuwasaidia wadogo zake waliokuwa wakisoma, na mama ambaye uzee tayari ulianza kumshinda nguvu. Wakati huo huo maisha yalikuwa yakizidi kupanda na thamani ya pesa ikiendelea kushuka. Kila kitu kiliendelea kupanda bei. Wala haikuwa kupanda tu. Vitu vilianza kuadimika. Vitu vya msingi katika maisha ya kawaida. Na vilipopatikana, bei yavyo ilikithiri kiasi. Ilikuwa bei ya kutisha. Kitu ambacho ulizoea kukinunua kwa robo ya mshahara, kilitoweka na kuibuka kikikudai mishahara miwili.

Maisha yakawa tishio kwa kijana. Akaduwaa kama alivyoduwaa sana juu ya kitanda chake hafifu, macho yakiutazama utoto wake ambao ni picha halisi ya umasikini unaonuka.

Alaa! Kandili akagutuka. Alitakiwa afikiri. Afikiri kama alikuwa tayari kuafiki mpango ambao ungemtoa katika janga hilo na kumweka katika jumuia mpya. Ndiyo, lazima afikirie.

Bado hakufikiria lolote. Macho yake, japo yalikuwa yamerejea kutoka safari ile ndefu ya kuupitia utoto wake, bila kutegemea, yalikuwa yamemtoroka tena. Safari hii yalikuwa yakiutembelea usiku wa jana, usiku uliokuwa na mengi yasiyoelezeka.

* * *

Kama picha iliyoanzia kati, macho hayo yalimwona Maua alivyolala chali, nusu uchi juu ya kitanda kipana cha Bon baada ya kuita kwa sauti isiyopingika: "Njoo ... si ulikuwa wanitaka?..." Macho hayo yalimwona Kandili alivyoduwaa mbele ya Maua kwa muda wa dakika mbili tatu kama mwanakondoo aliyetakiwa kuingia mwenyewe katika moto wa madhababu badala ya mtu aliyetakiwa kupokea zawadi maalum iliyomnyima usingizi siku nyingi. Zawadi ambayo aliihitaji kuliko zote zile.

"Njoo basi Kandili ..." Maua aliita tena. Kandili, safari hii hakumruhusu kumaliza. Hakukumbuka hata alivyozivua nguo zake zile. Alichokumbuka ni kujikuta juu ya kifua cha Maua. Kifua ambacho kilimfariji mfano wa mtoto mchanga anayenyonya baada ya kulikosa titi la mama kutwa nzima. Walikumbatiana usiku mzima. Walipoachana, ilikuwa kesho yake. Hata hivyo, mkono wa Maua ulikuwa bado ukikipapasa kichwa cha Kandili na kufuta jasho uso wake huku akisema kwa sauti ya mahaba maneno yale yale ambayo alikuwa kayasema mara kwa mara usiku huo.

"Mpenzi ... mpenzi wangu Kandili ... Sikujua ... sikujua kabisa kama u mtu mkatili kiasi hicho. Nilidhani ungekuwa mpole kama uonekanavyo. Kumbe ... kumbe u machachari kiasi hicho! Nakupenda tena na tena Kandili. Nitakuwa wako milele na daima Kandili."

Wanawake...! Kandili aliwaza huku akijitoa kwa shida katika mikono ya Maua. Wanawake sio watu! Si ajabu amemwambia Bon maneno yale yale muda mfupi kabla sijaingia chumbani humu! Aliwaza huku akimtupia Maua jicho la hasira. Hasira ambayo ilimjia rohoni ghafla. Macho yake yakamtisha Maua hata akadiriki kuuliza kwa mshangao:

"Nimekuudhi nini mpenzi?"

"Unaniudhi zaidi unapoendelea kuniita mpenzi. Mimi si mpenzi wako kamwe. Wala sitakuwa mpenzio huko mbeleni. Wewe u mpenzi wa Bon. K wa kweli nimekuwa juha mkubwa kukubali kulala nawe usiku huu. Nilichostahili kufanya ni kulala juu ya kochi hilo hapo!" Kandili alifoka.

Sauti yake ilimshangaza Maua kuliko maneno yenyewe. Ilikuwa sauti yenye ukweli. Sauti iliyodhamiria, sauti isiyo na mzaha.

"Kwa nini mpe ..."

"Tafadhali," Kandili alinguruma.

"Samahani. Nilitaka kusema kuwa huna haja ya kumhesabu Bon baina yako na mimi. Ni wewe nikupendaye. Ni wewe uliye wangu wa heri na shari. Wewe peke yako."

"Mimi peke yangu," Kandili akamkebehi. "Mimi peke yangu wakati huo huo unalala na Bon sirini na hadharani. Kwa kweli u malaya mchafu sana Maua. Sioni tofauti yako na wale malaya wenye vyumba vya umalaya huko mitaani. Wale ambao huwaweka wanaume mstarini na kuwatimizia haja zao mmoja baada ya mwingine kwa senti za matumizi.

Maua akazidi kushangaa. "Hayo sasa ni matusi Kandili. Sikudhani kama nawe una mdomo unaonuka kiasi hicho. Wala sijui kwa nini uwe mkali kwangu. Labda ni kwa ajili ya wivu. Kama ni hivyo sina budi kukuambia hofu ondoa. Mimi ni wako. Wako peke yako. Bon? Bon kama umwonavyo ana pesa. Faida niipatayo kwake ni pesa tu. Yeye anazitoa bila kuangalia. Hana mkono wa birika kama wanaume wengine. Kwa ajili yako niko radhi kufa fukara. Mradi niwe nawe Kandili."

Alipoona Kandili hajibu neno aliongeza, "Nitakuibia siri yetu wanawake. Sisi huwaweka wanaume wote katika mafungu matatu. Fungu la kwanza ni la wale wanaume ambao tunawapenda kwa dhati. Wanaume ambao tuko tayari kuishi nao kwa heri au shari. Kundi la pili ni la wanaume wazuri wa sura ya umbo. Kundi hilo tunalipenda kwa ajili ya kujionyesha tu mbele ya wenzetu. Anapita kijana mzuri. Wenzako wote wanababaika. Wewe unajitapa: 'Yule wangu.' Kundi la tatu ni la akina Bon. Watu wabaya au wazee. Tunawafuata kwa ajili ya uzito wa mifuko yao. Wao ..."

Haikuwa mara ya kwanza kwa Kandili kusikia falsafa biyo. Hivyo alimkatiza Maua kwa kufoka tena: "Kwa hiyo mimi niko katika kundi lipi kati ya hayo?"

"Wewe. Wewe umeziba mwanya kwa makundi yote," alijibiwa. "Wewe ni wewe tu mpenzi. Niamini tafadhali."

Kumwamini mwanamke! Hilo alilifanya zama za utoto na ujinga wake na kamwe asingelirudia tena.

* * *

Wakati huo alikuwa akisoma kidato cha tatu. Aliondokea kupendana na Dora binti wa mmoja wa waalimu wake. Msichana mzuri kwa sura na mkamilifu kwa umbile. Hakujua Dora alikuwa amempendea nini. Kwani huo ndio ulikuwa wakati wake wa aibu kubwa. Mavazi yake hayakuafiki kabisa sare ya shule. Yalijaa viraka na uchafu. Mara kwa mara aliadhibiwa au kuadhiriwa mbele ya wanafunzi wenzake. Akawa mtu wa huzuni kubwa mara kwa mara hata likamjia wazo la kujiua.

Dora alijitokeza kuwa mwandani wake mkubwa, akimfariji na kumbembeleza hata akarudiwa na tamaa ya maisha. Hayo yalitokea hasa baada ya ule usiku ambao Dora alijitoa kwake kimwili.

Usiku huo Kandili alikuwa amedhamiria kabisa kujinyonga.

Ilikuwa baada ya mwalimu wa zamu kumtoa mbele ya halaiki ya wanafunzi wenzake na kusema: "Tazameni. Huyu kweli afaa kuitwa mwanafunzi wa sekondari?" Wanafunzi wote wakaangua kicheko. Wote isipokuwa Dora tu ambaye alilia pamoja na Kandili. Walipotawanyika akamfuata hadi nyumbani ambako walijifungia chumbani wakiendelea kulia. Kandili alipojitupa kitandani Dora alijilaza pia.

"Lazima iwe leo," alinong'ona.

"Usijiue tafadhali," Dora alimjibu. "Utaniachia msiba usio kifani," alisema akimkumbatia. Walipotahamika walijikuta wamekumbatiana kaptula ya Kandili ikiwa imeshuka hali gauni la Dora limepanda. Walipoachana Kandili alikuwa kajaa faraja hali Dora kafura mashaka. "Tusirudie tena Kandili mpenzi," Dora alisihi. "Sipendi nipate mimba

• 29 •

ambayo itatuharibia maisha. Mimi ni wako tu lakini si sasa ila kwa wakati unaostahili. Wakati ambao hatujaufikia.

Tangu siku hiyo Kandili alianza kupambana na maisha kwa matumaini zaidi. Alijua kuwa yuko kiumbe mmoja, mzuri tosha, ambaye alimpenda na kumthamini. Wakaendelea na masomo yao. Mara kwa mara Kandili alibanwa na kiu ya kukutana na Dora kimwili, lakini alikataliwa kwa sauti inayofariji. Akaishi na kiu yake hiyo akiizima kwa kujikumbusha kuwa Dora alikuwa wake tu. Wake peke yake. Halafu jambo likatokea. Dora akaonekana ana mimba. Akaacha kwenda shule kabla hajafukuzwa. Kandili alimfuata nyumbani ambako Dora aliangua kilio mara tu alipomwona.

"Sikia Kandili, Samahani ..." alijaribu kusema na kujikuta akiishiwa nguvu.

"Huna haja ya kuniomba radhi Dora," Kandili alidakia kwa sauti iliyokuwa kati ya huzuni na hasira. "Usijisumbue. Tangu mwanzo nilitegemea hili lingetukia. Nilijua wapo wanaume bora wenye hali na uwezo zaidi yangu. Mimi nilikuwa nadanganywa tu ..."

"Kandili!" Dora alinong'ona kwa huzuni na mshangao.

"Ndio. Hata hivyo sikuonei wivu Dora. Nimekuja hapa kukutakia heri na huyo bwana wako iwapo hatafungwa. Ishi naye vizuri ukijua kuwa sitakusahau ..."

Kandili hakuona tena uso wa Dora. Ilisemekana alitoroka nyumbani baada ya kupigwa sana ili amtaje mtu aliyempa mimba hiyo. Hakumtaja. Wala hakuna aliyefahamu wapi alikoelekea. Wazazi wake ambao kwanza walikuwa wakali kwake wakajikuta wakianza kujutia ukali wao baada ya kuona miezi na hatimaye miaka ikipita bila ya fununu yoyote ya binti wao.

Kandili ambaye alikuwa kamchukia Dora pia, baada ya siku kupita bila ya kumtia machoni, alijikuta akimlilia rohoni. Akitamani arudi waendelee kuwa marafiki. Kutoweka kwa Dora kulikuwa kama kupoteza nusu ya uhai wake lakini hakutokea. Kandili akabaki na msiba mzito ambao ulijikita rohoni ukimtesa usiku na mchana.

Msiba ambao ulitoweka mara tu alipoutia machoni uso wa Maua. Sura ya Maua ikameza nafasi yote ya Dora na kumfanya atoweke kabisa rohoni mwake mithili ya masika inavyotoweka pindi kiangazi kikiwadia.

Naam, Maua ambaye naye sa sa alimchukiza hata asitamani kumwona tena mara baada ya kuwa naye usiku mmoja. Maua ambaye anadai bila haya kuwa Kandili angekuwa wake milele.

Wanawake! Akawaza tena akizidi kumtazama Maua kwa macho yenye hasira.

"U mnafiki usiye aibu Maua," Kandili alitamka akiondoka zake na kumwacha Maua kitandani.

"Sikiliza Kandili. Sikia ..." Sauti ya Maua ilimfuata. Kandili hakugeuka kumsikiliza.

Alaah! Alitakiwa kufikiria! Akajikumbusha tena. Si kuwafikiria akina Maua na Dora. Si kuufikiria utoto wake uliojaa aibu na masimango. Na kufikiri kama angependa kuwa tajiri. Kama angependa kuwa mtu kama walivyo watu.

Sura ya Tatu

"Tatizo lako ni uoga Kandili."

"Sivyo Bon. Kweli naona hali si nzuri sana. Tayari wameanza kuguna. Kesho wataanza kunong'ona. Kesho kutwa yatakuwa malalamiko ya hadhara. Baada ya hapo yatafuata mambo ambayo sidhani kama yatakuwa mema kwetu."

"Uoga," Bon alisema baada ya kicheko chake ambacho bado kiliendelea kumchukiza Kandili. "Uoga usio na msingi. Mara ngapi nikuambie kuwa tukiwa pamoja hakuna lolote liwezalo kukutukia? Kwa nini hutaki kuamini?"

"Naamini, lakini ...."

"Huamini chochote. Huamini kuwa mahakimu wote katika jiji hili wamo mikononi mwetu. Huna hakika kuwa polisi wote wako chini ya amri zetu. Ngoja kidogo utayaona hayo yote kwa macho yako mwenyewe hivi karibuni."

Maongezi hayo yalikuwa yakifanyika katika mojawapo ya hoteli kubwa za jiji. Kandili na Bon waliketi peke yao kuizunguka meza ambayo muda mfupi tu ilimaliza kushuhudia kuku aliyeokwa kwa wali maridadi akiteketea na kupotelea katika matumbo ya rafiki hawa wawili. Sasa meza hii ilikuwa ikitazama matokeo ya chupa za pombe ambazo zilikuwa wazi lakini hazijamiminwa tumboni. Meza za jirani zilikuwa na watu ambao walikuwa na yao.

Kandili na Bon walikuwa wamekutana ili kupanga awamu ya tatu ya shughuli zao baada ya ile ya kwanza na ya pili kuzaa matunda ambavyo yalimridhisha Bon na kumshangaza Kandili.

Dawa ambazo zilikuwa zitawanywe katika Mkoa huu au ule zilipotelea hewani bila ya wafanyakazi wote kufahamu kilichotukia, isipokuwa wachache waliohusika.

Kandili alijihusisha kikamilifu ingawa rohoni alijiambia kuwa hakuwa na hiari. Kuambiwa afikirie uamuzi wake ulikuwa mtego tu ambao ulimtaka akumbuke kuwa kutoafiki kwake kusingekuwa na maana nyingine zaidi ya kujifukuza kazi. Tamko moja tu la mzee Idrisa lingeweza kumtoa nje ya ofisi; tamko la pili likamwajiri mtu mwingine.

Naye akiwa anaipenda na kuitegemea kazi hiyo, alijikuta hana jingine zaidi ya kuafiki. Kuafiki kuwadhulumu wananchi dawa yao muhimu.

Wazo hilo lilimtatanisha sana. Alihisi akifanya dhambi kubwa kuliko zote zinazomstahili mwanadamu. Anashiriki katika kuua "kwa ajili ya pesa." Likawa likimjia mara kwa mara wazo la kujiuzulu kazi ili kuepuka laana. Halafu ale nini? Swali hilo ndilo lililomfanya aendelee na kazi. Kazi? alijiuliza tena. Kazi! Ni kazi kumnyang'anya mfanyakazi na mwananchi haki yake ambayo anaitegemea?

Hata hivyo mawazo hayo yalitoweka polepole kila alipopokea bahasha yenye maelfu ya pesa. Utamu wake ukamnasa kama ulimbo kiasi cha kumfanya aanze kujidharau kwa kile kitendo chake cha kusitasita kabla ya kukubali. "Aibu iliyoje kijana," alijiambia. "Huna shukrani. Mungu kauona umasikini wako, kakuletea bahati usoni kabisa, waringa kuipokea hii bahati, maalumu kwa ajili yako; ingemshinda nini Kalulu kuajiri mtu mwingine katika nafasi yako, ambaye angefaidi kama unavyofaidi wewe?"

Haikumtukia Kandili kufikiria kuwa Kalulu alimtisha kwa kifungo na yote mengine kisha akamwajiri, kwa hofu ya kuajiri mtu ambaye angetukia kuwa mpelelezi, au mtu asiye na haja kwao kiasi cha kupinga katakata kitendo cha aina hiyo.

"Kesho tunachukua mali yote iliyoko stoo," Bon alimnong'oneza Kandili. "Magari yako tayari. Yana nambari za hapa hapa nchini. Itakuwa kama kupelekea mali mikoani tu, lakini safari hii yaenda nje ya nchi. Na tunategemea kupata pesa za kigeni ambazo ni biashara nyingine rahisi na yenye faida."

Moyo wa Kandili ulidunda, lakini hakukanusha.

"Naona hofu usoni mwako," Bon alisema baada ya kuzungusha kichwa. "Hatukutegemea kama ungetukia kuwa mwoga kiasi hicho. Uoga pia ni teke liwezalo kufukuza bahati. Uondoe rohoni mwako."

"Siogopi kitu," alijibu Kandili.

"Vizuri. Mwanamume astahili kuogopa njaa peke yake."

"Mungu?"

"Mpaka baada ya kufa. Ukiwa hai Mungu hakuhitaji," Bon alisema akijiandaa kuinuka." Sijamwona Maua siku tatu sasa. Vipi umemteka moja kwa moja? Kumbuka nilikuazima tu."

Ilikuwa sauti ya mzaha. Hilo Kandili aliona wazi katika macho ya Bon.

Akacheka kabla ya kujibu, "Yule malaya? Simtaki tena, wala sijui kwa nini nilimchukua usiku ule. Kwa kweli nauonea haya uroho wangu ambao ulinifanya nimpokee."

Bon alishangaa. "Umemchukia mara hii?" Akauliza. "Kweli au masihara? Si aliniambia kuwa ulikuwa wamlilia siku zote, nusura utoe machozi? Unajua siku ile nilipokuachia niliamini kuwa nakupa kitu ambacho ulikitamani zaidi ya kila kitu? Vipi aisee."

"Nilidhani nampenda," Kandili akamjibu. Baada ya usiku ule niligundua kuwa ilikuwa tamaa tu. Ni kweli ana sura nzuri, macho mazuri, umbo nzuri, na mavazi yote humkubali. Lakini simpendi au simtamani kwa ajili ya umalaya wake ..."

Bon akamkatiza, "Alaa! kumbe ulikusudia kumwoa?"

"Hasha."

"Sasa nini? Kwa nini uudhike? Unachotaka wewe ni nini zaidi ya faraja ya kimwili kwa muda wa usiku mmoja? Yule ni zawadi ya Mola kwa makapera. Ameumbwa ili kutuburudisha. Asingekuwa malaya wewe na mimi tusingempata. Angekuwa kafugwa na dume moja lenya wivu. Au vipi?" Alifanya kama aliyetaka kuondoka, kisha akaongeza kama aliyekumbuka jambo. "Nadhani yeye anakupenda Kandili. Angalia usimwonyeshe kuwa humtaki. Tunamtegemea sana katika shughuli hizi. Ukimdharau anaweza akaenda mrama na kutibua mambo."

Aliondoka bila ya kumaliza chupa yake. Kandili alimaliza yake na kuondoka pia. Nje ya baa hiyo aliduwaa kidogo kabla hajaanza safari yake ya mguu kuelekea kwake. Baada ya kupiga hatua mbili tatu ndipo alipokumbuka kuwa hakuwa na haja ya kwenda kwa miguu tena. Pesa hazikuwa tatizo. Wala haikuwepo haja na hofu ya kuishiwa. Huku akitabasamu rohoni akaita, "Teksii!"

* * *

Hazikupita siku nyingi mashaka ya Kandili yakatukia kuwa ya kweli. Malalamiko yalianza kusikika waziwazi, wananchi wakishangaa kwa nini wasipate tena dawa ya Oxton. Vifo vya watoto kwa ugonjwa wa palala sasa lilikuwa jambo la kawaida. Wakataka kujua kama kiwanda cha dawa hizi kilikuwa kimefungwa.

Wafanyakazi wa kiwanda hicho nao wakaja juu. Wengine walishangaa kwa kusikia malalamiko hayo hali uzalishaji ulikuwa ukiendelea kwa juhudi usiku na mchana. Wachache ambao walikuwa "hawakufumba" macho wakaanza kunong'ona na hatimaye kutangaza kuwa zilikuwepo mbinu za hali ya juu miongoni mwa wakubwa. Wakatamka waziwazi kwamba wasingekubali kuwa punda wa kuneemesha matumbo ya wakubwa wachache huku watoto wao wakifa na kuteseka.

Madai yao yalimfanya Kandili atetemeke mwili mzima. Alitulia pindi alipomwendea Mzee Kalulu na kuliona tabasamu lake lisilo na shaka yoyote. "Hawatafanya lolote. Haijatokea tawi likatikisa shina," alihakikishiwa.

Hawakufanya lolote.

Ingawa malalamiko yaliendelea na ingawa magazeti mengi yalichapa barua za wasomaji zilizolalamikia jambo hilo hilo, hakuna lolote ambalo lilitokea kiasi cha kukomesha harakati za akina Bon na Kandili. Ilikuwa kama upepo uvumao kwa dhamira ya kuviringisha jabali, jambo lisilowezekana.

Hata hivyo wafanyakazi hawakukata tamaa. Ukaitishwa mkutano wa siri ambao ulijadili suala hilo. Majadiliano yakazaa uamuzi wa kulikabidhi suala hilo mikononi mwa tawi la JUWATA ambalo lilitakiwa kukutana na viongozi wa ngazi za juu.

Katibu wa tawi akiwa Kanda wa Kamkanda, kijana mdogo wa umri, lakini mwingi wa hekima baada ya kupambana na maisha kwa njia za kutatanisha, alimhimiza Mwenyekiti akutane na Meneja Mkuu kabla ya kuanza shughuli zozote.

Kwa hofu na mashaka mengi, Kombo Mtolondo, Mwenyekiti wa Tawi aliingia katika ofisi ya mzee Idrisa Kalulu. Akakaribishwa na heshima ambayo hakuitegemea. Kabla hajajua aanze vipi madai yake, Kalulu alimrahisishia kwa kusema: "Kama sikosei bwana Mtolondo uko hapa kwa ajili ya madai ya kipuuzi yanayovuma ati kuna njama zinazotumika kuyafanya mazao ya shughuli zetu yatoweke. Ni kweli au si kweli Mtolondo?" Sauti yake haikuwa na hasira. Kwa kweli alikuwa akicheka. Hivyo Mtolondo alijikuta hana hofu.

Kalulu akacheka kidogo kabla hajauliza. "Nawe na akili zako ambazo mimi binafsi nilizithamini sana ukadiriki kutekwa na upuuzi wa aina hiyo?"

"Unajua mzee …"

"Sijui," Kalulu alimkatiza. "Ninachojua ni kwamba umejiingiza katika mambo hayo kwa wakati mbaya mno kwako. Huu ni wakati ambao kampuni ilikwisha kukufikiria na kuona kuwa unastahili kupewa elimu zaidi. Imeamuliwa upelekwe Uingereza kwa muda wa miaka mitano," Kalulu akasita akitazama uso wa Mtolondo na kushuhudia unavyobadilika kwa furaha. Furaha ambayo ilitoweka mara Kalulu alipoongeza, "Hata hivyo naona nitawajibika kumtazama mtu mwingine. Wewe unalo jukumu la kukomesha wizi katika ofisi hii. Sivyo?"

"Sivyo mzee. Sivyo kabisa. Kuja kwangu hapa imekuwa kama kusukumwa tu," akasihi kwa maneno na macho. Macho ambayo yalitoka na kulazwa kama yaliayo. Yakamchekesha tena Kalulu.

"Umelazimishwa? Na nani? Ah, sina haja ya kuuliza. Bila shaka ni yule kichaa Kamkanda. Sijui ilikuwaje hata nikamwajiri mtu mwehu kama yule. Hata hivyo nadhani mwisho wake umewadia maadamu kajiingiza katika shughuli hizi. Juu yako Mtolondo, naona huna tatizo. Safari yako itakuwa baada ya mwezi mmoja. Ningeshauri hivi leo uchukue likizo ili ukajiandae. Likizo hiyo pia itakusaidia kujiepusha na upuuzi huu usio na msingi."

"Ahsante mzee. Sijui nikushukuru vipi," Mtolondo alijibu akiinuka.

"Huna haja. Ushukuru utendaji kazi wako mzuri."

Likizo ya Mtolondo ilipofahamika, kamati ya JUWATA ilikutana chini ya Kamkanda kama Katibu na Mwenyekiti wa muda. Waliulizana kwa mshangao vipi Mtolondo alipata uamuzi huo wa ghafla. Hakuna aliyekuwa na jibu rasmi isipokuwa Kamkanda.

"Uoga," alifoka. "Najua ni uoga tu. Ametishwa au kuahidiwa cheo. Nchi hii sijui tutaijenga vipi iwapo viongozi wanatanguliwa na uoga pamoja na tamaa kubwa kiasi hiki," aliongeza kwa huzuni.

Huzuni yake haikuwa geni machoni mwa watu. Wala haikuwa ya bandia kama ambavyo wangeweza sana kufanya watu wengine. Hii ilikuwa huzuni halisi. Alikuwa na kila sababu ya kuihuzunikia nchi yake. Huzuni ambao ilikuwa imechipuka na kuneemeka rohoni mwake tangu aliporejea kutoka Uganda vitani na kukuta huku nyumbani mambo yakienda kinyume kabisa cha matarajio yake.

Kabla ya vita hakukuwa na kijana mwenye furaha zaidi ya Kanda wa Kamkanda. Alikuwa ndio kwamba amemaliza masomo yake ya kidato cha nne, akisubiri matokeo ambayo hakuwa na hofu nayo. Wazazi wake hawakuwa watu wenye dhiki. Walikuwa na shamba kubwa la mibuni pamoja na kiwanda kidogo cha kuoka mikate. Hivyo njaa na shida ya senti ndogondogo za matumizi ni vitu ambavyo vilikuwa mbali na Kamkanda.

Zaidi ya yote hayo, alikuwa na mchumba ambaye walipendana kufa kupona na walikuwa wameahidiana kufunga pingu za maisha wakati wowote baada ya kumaliza masomo yao.

Halafu ikazuka vita. Majeshi ya fashisti Idd Amin yakaivamia nchi. Nyumba ya akina Kamkanda ikiwa kando kabisa ya mpaka, sehemu za Mutukula, ilikuwa ya kwanza kati ya nyingi zilizoteketezwa kwa vifaru na moto. Wazazi wake pia walikuwa miongoni mwa maelfu waliokufa kwa taabu, baada ya kufungwa kamba miguuni na kisha vifaru vya Amini kuwasaga kama takataka. Kamkanda alishuhudia kifo cha baba, mama na mchumba wake kwa macho yake mwenyewe.

Alikuwa kajificha migombani akichungulia. Aliwaona walivyotapatapa na kisha kukata roho. Alitamani afumbe macho lakini macho hayakukubali kufumbika. Alitamani alie lakini machozi hayakumtoka. Alikuwa mwana pekee wa familia hiyo, lakini ghafla akawa yatima asiye na dada wala kaka.

Hivyo ulipotolewa wito wa vijana wenye nguvu kujiunga ili kumwadhibu mwendawazimu Amin, Kamkanda akawa wa kwanza. Alipokabidhiwa bunduki aliipokea kwa furaha na kuibusu kwa mahaba. Akaingia vitani kwa ari kubwa, akiwa mstari wa mbele katika kila pambano. Hakuziogopa risasi za askari wa adui wala maneno yao ya vitisho. Nia yake ilikuwa moja tu, kulipiza kisasi cha kufiwa na wazazi wake kwa kuwaua adui wengi awezavyo.

Baadaye alielimishwa au kuelimika. Ikampambazukia kuwa kuwateketeza askari wa Amin haikuwa haja wala lengo la jeshi lake. Kusudi has a ilikuwa kuwasaidia Waganda kujikwamua kutoka katika kucha za nduli huyo ambaye aliigeuza nchi kuwa zizi na wananchi mfano wa mifugo yake. Naam, kuwaokoa kutoka katika milki hiyo yenye utawala haramu. Utawala ambao ulifanya Amin na wapenzi wake wachache kunenepa kwa jasho la wengi. Utawala ambao uliweza na ulikuwa ukimchinja mtu yeyote, sirini au hadharani, kwa kuthubutu kushauri tu juu ya taratibu zinazostahili kufuatwa na viongozi. Wala haikuwa kushauri tu, adhabu ya kifo ilikuwa imetolewa mara nyingi kwa yeyote ambaye alifikiriwa tu kuwa ana mawazo ya upinzani juu ya mwenendo wa Amin na wasaidizi wake. Wengi walikuwa wamepoteza maisha yao. Wengi, ambao hawakuwa na hatia, hali wote walikuwa wakiumia chini ya himaya yake.

Tanzania, nchi yenye siasa inayoamini upendo, haki, usawa na amani ingefanya lipi zaidi ya kukubali ombi la Waganda la kumteketeza kabisa Amin na vibaraka wake badala ya kumuadhibu tu kama ilivyo kusudiwa? Kisha adhabu hiyo ingemuumiza yupi zaidi ya kuwakomboa wanyonge wale wale? Ni lipi tendo jema zaidi ya hilo la kujitolea miili na damu kuwapigania jirani na ndugu ambao walikuwa mashakani? Hakuna. Kamkanda aliamini kuwa hakuna kabisa. Ni imani hiyo ambayo ilimaliza hasira zake juu ya majeshi ya Amin, ikafuta nia yake ya kupigana ili alipe kisasi na kumfanya apigane kama askari wenzake, kwa nia ya kuikomboa Uganda.

Baada ya vita, alirejea nyumbani ambako alivunjika moyo kwa kuona mioyo ya watu ilivyobadilika ghafla. Katika kipindi hiki kifupi cha vita, watu wengi walikuwa wameondokea kuwa na tamaa kubwa ya utajiri.

Wengi walikuwa wameutumia wakati ule mgumu kwa kujinufaisha binafsi hali wenzao wakiteseka vitani. Hali ngumu nchini, iliyosababishwa na hali mbaya ya uchumi wa ulimwengu, ilipaliwa moto na vitimbakwira hawa wenye kiu kikali cha utajiri. Watu hawakuona haya tena kufanya magendo, kuomba rushwa, kuongeza bei za vitu, kuficha bidhaa muhimu, kuhujumu mali za kampuni, pamoja na uovu wowote ambao ungeweza kuleta "chochote".

"Aibu iliyoje," Kamkanda alinong'ona mara kwa mara. "Tunachezea roho zetu vitani kuikomesha tabia hii kwa jirani zetu huku kwetu inashamiri na kuota mizizi. Haistahimiliki. Ndipo akajenga chuki kali kwa yeyote ambaye alishiriki kwa njia moja au nyingine katika harakati za kuhujumu uchumi. Akatamani apate uwezo ambao ungemwezesha kuongoza mapambano dhidi ya viumbe hawa. Hakupata. Akaiona Serikali kama iliyosinzia na kulala usingizi. Kesi ambazo zilifikishwa mahakamani kwa makosa ya aina hii aliziona chache mno, na hukumu zake hazikuridhisha kamwe.

Sababu ilikuwa wazi. Viongozi wengi wa ngazi mbalimbali katika chama na serikali walishiriki kwa njia hii au ile katika mbinu chafu za kujaza matumbo yao. Wote hao Kamkanda aliwadharau na kuwachukia zaidi ya askari wa Idd Amin. Alitamani sana apewe amri ya kuwalundika chumba kimoja, kisha akilipue kwa bomu. Hilo halikutokea. Hivyo akaishi na hasira zake ambazo zilikaa rohoni kama jereha ambalo lilitoneshwa mara kwa mara.

Cheo cha ukatibu wa JUWATA katika kiwanda cha kutengeneza dawa za Oxton yalikuwa madaraka ya kwanza kwa Kamkanda. Alikitegemea ili kuanzisha mapambano halisi dhidi ya wahujumu wa hapo kazini. Hivyo habari za likizo ya dharura ya Mwenyekiti zilikuwa njema mno kwake. Aliona kuwa huo ni mwanya pekee ambao angeutumia kuwasha moto aliokusudia.

"Kwa hiyo ndugu wajumbe, nadhani hatutakubali uoga wa mtu mmoja kukomesha nia yetu njema ya kurejesha haki hapa kiwandani. Itakuwa aibu ilioje tuache wanetu wafe kwa palala, huku kwa macho yetu, tunaona wachache wakituna matumbo kwa jasho letu?" Aliwahoji. Walipochelewa kumjibu aliongeza, "Ni dhahiri kuwa nyote mnaafiki kuwa tuendelee na uchunguzi wetu kama tulivyokusudia. Leo hii nitamwendea huyo tunayekosea kwa kumwita "ndugu" Kalulu. Nitamtaka anieleze yote yale ambayo tulikusudia Mwenyekiti aelezwe. Baada ya hayo zitafuata mbinu zile zile zilizokusudiwa ili kuupata ubaya wa mambo. Mnasemaje?"

Wote waliafikia. Kikao kikavunjika. Wajumbe walirejea makazini naye Kamkanda akaelekea ofisi ya Kalulu. Kama alivyotegemea, alikaribishwa kwa vitisho, kashfa na yote mengine. Hayakumvunja moyo. Alimweleza yote aliyokusudia kwa adabu ingawa macho yake yaling'aa kwa ushujaa ambao ulimtisha Kalulu kiasi.

"U nani wewe kijana?" Kalulu alijisingizia kuhoji.

"Kanda wa Kamkanda, kwa jina," alijibu kishujaa kama inavyompasa askari.

Kalulu akatikisa kichwa kama anayemsikitikia Kamkanda. "Ndio wewe kumbe?" Alihoji kwa sauti ya kebehi. "Vizuri sana.

Kampuni hii inazo sifa zako kemkem kijana. Nione kesho nikupe jibu rasmi la maswali yako. Jibu linalokustahili."

"Ahsante mzee," Kamkanda alitamka akiinuka na kutoka. Kesho yake alipoingia katika ofisi hiyo, alikabidhiwa barua iliyokuwemo ndani ya bahasha kubwa.

"Kampuni inasikitika kukuarifu kuwa umefukuzwa kazi ..." ilisema barua hiyo baada ya Kamkanda kuifungua, "... Kwa muda mrefu imekuvumilia na kukuonya, maadamu huonyeshi dalili zozote za kubadilika. Haikuonekana njia nyingine zaidi ya hiyo." Kamkanda akaikunja na kuisokomeza katika mfuko wa shati. Kisha aliinua uso kumtazama Kalulu usoni.

Kama Kalulu alitegemea kuyaona machozi walao majonzi katika macho ya Kamkanda, au kumwona akiinama na kumpigia magoti kumsihi, ilikuwa ndoto nyingine ya uongo. Alichoambulia kuona ni tabasamu dhahiri ambalo lilijitokeza katika uso wa Kamkanda. Tabasamu pevu likifuatiwa na sauti imara ya kiume ikisema:

"Sikuitegemea bahati kama hii bwana mkubwa. Naona sasa umenirahisishia mambo. Huu ni ushahidi wa kwanza ambao ninauhitaji. Yatakayofuata nadhani yatatufanya tupendane zaidi."

Kiasi hotuba yake ilimtisha Kalulu. Jinsi ilivyotamkwa pasi ya hofu yoyote kana kwamba msemaji hakuwa na hata chembe moja ya mashaka katika imani yake. Hata hivyo alijikongoja kufoka akisema, "U mtoto mdogo sana wewe. Bado wanuka maziwa ya mama yako. Ni dhahiri kuwa hujui utendalo wala uendako. Ngoja uone. Toka, ukaanze mbio zako za sakafuni."

"Naenda lakini tutaonana karibuni."

"Mwendawazimu ..."

* * *

"Acha walie tu. Sisi shughuli zitaendelea mtindo mmoja," alinong'ona kimoyomoyo Bon Kolo chini ya mti, katikati ya kiza totoro. Alikuwa kasimamia mali inayopakiwa kutoka katika kiwanda cha Oxton. Kwa shida sana aliweza kuliona lori ambalo lilikuwa umbali wa roho maili na wanaume sita wenye nguvu ambao walikuwa wakiifanya kazi hiyo. Kazi ilifanyika kimyakimya na kwa uangalifu mkubwa. Kwa upande wake, Bon hakuona umuhimu wa tahadhari hiyo. Hadhari ya nini na polisi wanaohusika walikwisha pewa chao na kutahadharishwa kuwa usiku wa leo ni wa kuvusha mali? Kwa nini walifanyie jambo hili siri kubwa hali walinzi wa zamu wote walikwisha pokea amri na zawadi ndogo kutoka kwa mwajiri wao kuhakikisha usalama wa operesheni hii?

"Wale tu, hadi watakapochoka," aliwaza tena kimoyomoyo, wazo ambalo lilimjia baada ya kuyakumbuka maongezi yake na Idrisa Kalulu juu ya: "Kijana mmoja aliyefutwa kazi kwa kujitia kichwa kigumu mno."

"Njaa. Njaa inamsumbua," Bon alikuwa amemjibu. "Kwa nini hukumwongeza senti chache juu ya mshahara wake? Naamini angetulia kama aliyepata mkopo wa milioni moja."

"Ningefanya hivyo kama ningeona angalau chembe za unyenyekevu katika macho yake ... Sikuona. Sijaona mtu jeuri kama yule kwa kweli. Labda njaa itamfundisha huko aendako," Kalulu alimjibu. "Vilevile," aliongeza, "kumpa cheo na mshahara kungefanya wote wenye fununu juu ya njama hizi kuendelea na ghasia zao. Juzi tu nilimpeleka mmoja ng'ambo. Leo mwingine apande mshahara? Utakuwa mchezo. Kufukuzwa kwake naamini kutawakumbusha wote udogo wao."

"Hata hivyo nakushauri ujihadhari. Kijana yule anaonekana kichwa maji kabisa. Aweza kufanya lolote," alionya Kalulu.

"Atafanya nini?" Bon aliuliza. "Yeye ni kulia tu ..."

Usemi huo ndio ambao bado uliendelea kuelea katika kichwa chake hadi sasa. Hakujua kwa nini alikumbuka au kumkumbuka huyo Kamkanda. Hofu? Nani aogope, yeye!

Akaendela kusimamia upakiaji. Magunia kwa magunia yakaendelea kumezwa na lori hadi lilipojaa. Kisha walipanda na kuanza safari. Wakiuacha mji wa Arusha na kufuata barabara iendayo Nairobi.

Vituo vyote vya polisi walivipita kama mchezo. Maneno machache ya Bon kwa askari yalifanya geti zifunguliwe na askari kumwashiria dereva kuendelea. Walipokaribia Namanga, Bon aliamuru gari isimame ili kujiandaa kuingia nchi nyingine. Wakaketi chini kubadili namba za gari pamoja na kusubiri mapambazuko ambayo yalikuwa yakikaribia.

Nuru ya jua ikaanza kujiimarisha, naye Bon akajitayarisha kutoa amri ya kuendelea na safari yao. Ghafla, gunia moja lililokuwa nyuma likaanza kuchezacheza. Wote wakalizunguka na kulitazama kwa mshangao. Mtu mmoja akajitahidi kulifunua. Kilichotokea ndani yake kiliwashangaza, halafu kikawatia hofu.

Alikuwa binadamu!

Na alitoka akitabasamu.

"Msishangae sana," alisema mtu huyo. "Kwa jina naitwa Kanda wa Kamkanda. Sio jini wala jinamizi kama mnavyoweza kudhani. Nasikitika kukuambieni kuwa tangu sasa mko chini ya ulinzi. Gari hili litarudi Arusha na litapita moja kwa moja hadi mbele ya ofisi ya Mkuu wa Mkoa. Iwapo nitamwona hajui la kufanya tutaendelea na safari hadi Ikulu, Dar es Salaam. Mmenielewa?"

Sauti yake imara, isiyo na hofu yoyote, pamoja na macho yake yenye nuru kali, vilifanya hofu izidi kuimarika mioyoni mwa wasikilizaji wake. Wakatazamana kwa uoga.

Halafu kicheko cha ghafla cha Bon kikairejesha afya katika mioyo yao. Wote wakageuka kumtazama na kumsikiliza aliposema, "Pole sana ndugu yangu. Umejisumbua sana kujificha katika gunia hilo ambalo lingekuua kwa kukosa hewa safi. Kama ulikusudia kupata chochote kutoka kwangu nasikitika kukuambia kuwa hupati kitu. Gari hili litaendelea na safari yake kama ilivyopangwa. Nawe utarudi Arusha kwa mguu."

"Unajidanganya. Hamwendi popote. Vinginevyo, itamwagika damu hapa hadi mshangae. Msijidanganye kuwa damu itakuwa yangu," alifoka kiume Kamkanda. "Haya, anzeni kuingia ndani ya gari. Mmoja baada ya mwingine. Wewe utaendesha gari," kidole chake kilimwelekea Bon.

"Vipi bwana mdogo," sauti ya Bon ilijaa mshangao. "Waonekana machachari sana. Nawapenda sana vijana mashujaa kama wewe. Mashujaa katika kutafuta pesa. Ushujaa wako unanishawishi kubadili mawazo yangu juu yako. Kwa hiyo nimeamua kukupa 'chochote' kama kifuta jasho. Ngapi? Elfu arobaini? Hapana, nitafanya hamsini kabisa," alisema akiufungua mfuko wake uliojaa noti.

"Sihitaji hata senti yako hata moja. Labda hufahamu kuwa fedha zako zinanuka?" Kamkanda alisema kwa kebehi. "Fedha ambazo wazipata kwa uovu, baada ya kudharua vifo vya watoto na machozi ya mama zao, unadhani naweza kuzishika? Huna aibu hata chembe. Kwa kweli unastahili kitanzi."

Hasira ya Bon iliwaka. Uso wake unaotisha ukabadilika na kuchukiza zaidi. Macho yakamtoka pima. "Wewe, wewe ..." Akanguruma akiupapasa mfuko wa koti lake. "Nakijua unachohitaji." Akanguruma huku akiutoa mkono wake hali ameshikilia bastola kubwa. Najua unachotaka. Risasi. Wala hutanilaumu kwa hili. Nimekuonya kitambo ..."

Bon alilazimika kusita ghafla baada ya kuiona bastola hiyo imemlenga Nasibu Mshana, mmoja wa wasaidizi wake, badala ya Kamkanda ambaye sasa alikuwa nyuma ya mtu huyo mkono mmoja kamkaba kabali, na wapili umeshika jisu kubwa lililomlenga Mshana moyoni.

"Sikupenda mambo yaende kwa njia hii," Kamkanda alisema kwa utulivu kana kwamba halijatokea lolote. Maadamu umeyataka mwenyewe shauri yako. Sasa nitarudia amri yangu kwa mara ya mwisho. Nyote ingieni garini. Mkisita dakika moja tu, ndugu yenu huyu kisu kitautumbua moyo wake."

Bon akashangaa. Wenzake wakaduwaa, wakitetemeka. Kamkanda akafarijika. Mambo yalikuwa yakimwendea kama alivyopanga. Haukuwa wazimu mtupu uliomtwaa kuvizia katika gari hilo, silaha yake ikiwa kisu tu. Alilazimika baada ya kutoa taarifa polisi akiomba msaada wao lakini matokeo yake yalikuwa ni kufukuzwa kama mwehu huku afisa huyo wa usalama akisema: "Na ukirudi hapa tena kutoa habari za uzushi zisizo na ushahidi nitakutupa ndani." Juhudi zake za kumshawishi afisa huyo eti kwa ushahidi hazikumfikisha popote. Ndipo akaamua kufanya kazi hiyo peke yake. Silaha kubwa aliyoitegemea sasa, ilikuwa bastola ya Bon. Alikuwa akitafuta mwanya aipate na kuitumia.

"Ingieni garini," alinguruma kuthibitisha nia yake. "Nawe Bon itupe chini bastola hiyo."

Wakasita.

"Naona Bon uko tayari kupoteza maisha ya rafiki yako. Humwoni kama ana thamani yoyote mbele ya pesa?" Akawageukia wengine. "Naona nyie?" alihoji. "Hamwoni ubepari ulivyo unyama? Rafiki yenu Bon yuko tayari kumwangamiza mwenzenu. Ebu mkamateni na kumpokonya hiyo bastola."

Kilichofuata hapo kilitisha. Mlipuko wa bastola ulisikika ghafla. Ukafuatwa na kilio cha maumivu makali. Mtu akapaa angani na kuanguka chini akitupa miguu na mikono huku na huko katika juhudi za kuishikilia roho yake inayokwenda. Kisu cha Kamkanda kilikuwa kimekita katika mkono wa kushoto wa Bon baada ya kuukosa moyo, alipokirusha kiufundi. Kamkanda alipoliona kosa lake ambalo hakulitegemea, aliruka kumwendea Bon, mkono mmoja ukifuata koo, wa pili ukifuata Bastola.

Bastola ilikuwa kama kifo na uhai wao wote. Walifahamu hivyo na waliipigania kufa na kupona … Kukuru kakara zao zikazimwa na mmoja wa wasaidizi wa Bon ambaye aliikimbilia na kuipokonya kutoka mikononi mwao. Akailenga kwa Kamkanda.

"Mikono juu," akanguruma kiuanafunzi maneno ambayo ameyasikia mara nyingi katika sinema za ujambazi.

Haikuwa mara ya kwanza kwa Kamkanda kutazamwa na domo la bastola. Hata hivyo alijisingizia kuinuka huku akitetemeka kwa nguvu. "Ni … sa … me … he …" alijitia kusema. Nia yake ikiwa kumpumbaza mtu huyo ili aipokonye bastola.

"Ua," Bon alifoka akisimama kwa taabu huku kaushikilia mkono wake wenye jereha baya la kisu. "Ua nyani huyo mara moja," aliongeza.

"Ni … sa …," Kamkanda hakumaliza. Mlio wa bastola ulimkatiza akasikia kwa uchungu mkali chuma cha moto kikipenya mwili na kutafuna mbavu zake. Alifahamu kuwa hilo halikuwa jereha baya. Lakini kwa tahadhari, alijirusha angani na kutua chini kama mzoga kando ya maiti ya Mshana.

"Amekufa?" Bon alihoji.

"Naona ame … amekufa," Muuaji alijibu akitetemeka. "Nimeua mtu jamani!"

"Usiogope," Bon alimtia moyo. Akamwendea Kamkanda na kumsukasuka kwa mguu. "Amekufa. Alistahili kufa." Akawageukia wengine na kuwaamuru, "Msishughulike na hii mizoga. Acheni wafu wawazike wafu wenzao. Shughulikieni mali zetu tuondoke hapa haraka iwezekanavyo." Akautazama mkono wake. Kisha akajitazama alivyochakaa na kutapakaa damu. "Mmoja anisaidie kuondoa mavazi haya. Nipeni nguo nyingine. Fanyeni haraka tuondoke hapa."

"Twende wapi?"

"Kwa nini? Tunaendelea na safari yetu?"

"Mkono wako?"

"Utahudumiwa mbele ya safari. Madaktari wako kila mahali." Baada ya dakika chache waliondoka.

Mara tu walipotoweka machoni mwake Kamkanda aliinuka na kusimama barabarani. Kisha alibadili mawazo na kuanza kufuata barabara. Mwendo wake wa kujikongoja na damu iliyotapakaa juu ya nguo zake yalifanya gari la kwanza limpite kwa haraka sana. Dereva wake alikuwa mwanamke wa Kihindi. Gari la pili lilisimama likamchukua.

"Nipeleke hospitali tafadhali," akasihi. "Ni kipi kilichokutukia?"

Kamkanda akaeleza kwa urefu. Waliokuwemo kwenye gari wakashangaa hasa baada ya kusikia kuwa watu hao walishirikiana bega kwa bega na Meneja Mkuu wa Kampuni ya TOKO. Wangeelewa zaidi iwapo wangeambiwa kuwa watu hao ni majambazi yaliyovunja ghala la kampuni.

"Una hakika?"

"Kila hakika. Juzi tu nimefukuzwa kazi kwa kuthubutu kumwonya meneja huyo kuacha uovu huo."

Kamkanda aliwashangaza zaidi wasaidizi wake mara alipofika hospitali ya mkoa – *Mount Meru*. Alianza kupiga kelele kwa nguvu. "Nakufa, nakufa, jamani. Niitieni waandishi wa habari. Nakufa." Alijua asingefariki kwa risasi hiyo. Maumivu yake hayakuwa makali kiasi hicho. Alijua wazi kuwa hiyo ni nafasi ya pekee ya kumshinda Kalulu baada ya jaribio lake la kwanza kushindwa. Hakuwa na njia nyingine ila hiyo. Aliamini kuwa hali yake hii mbaya na hadithi yake ndefu yenye ushahidi madhubuti pamoja na kufutwa kwake kazi ni habari ambazo zingevutia kila jicho na hivyo kuifanya serikali imtupie Kaluiu jicho linalostahili.

"Niitieni waandishi wa habari kabla sijafa," alilalama.

Daktari alipowasili, Kamkanda alimsukuma kwa nguvu.

"Waandishi kwanza tafadhali bila hivyo sinywi wala kupokea dawa yoyote. Na kama hamtaki nipelekeni nikafie katika ofisi yao."

"Kwa nini?" Daktari alihoji kwa mshangao.

Akaeleza hadithi nzima kama ilivyokuwa. Alikuwa akieleza kwa sauti ya afya kabisa kinyume cha madai yake ya kufa. Na alifurahishwa na athari ya maelezo yake. "Tunakosea kuwaita viongozi. Ni maadui zetu. Wanatuhujumu," aliongeza. "Nakufa jamani haraka. Waandishi wa habari ..."

Baada ya kuongea na mmoja wao kwa mapana na marefu ndipo alipopokea dawa kwa furaha. Rohoni alitulia na hata kusahau kabisa maumivu ya risasi ambayo bado ilikuwemo ubavuni mwake.

Sura ya Nne

●○●●●●

Kwa Idrisa Kalulu alfajiri hii ilielekea kuwa ya kawaida. Alifumbua macho na kuona nuru hafifu ikipenya dirishani. Akamgeukia mke wake ambaye bila shaka alikuwa macho ingawa aliyafumba na kusikika akikoroma polepole. Akauinua mkono wake na kuutua juu ya kiuno laini cha mkewe. Kama alivyotegemea, mkono wake uliondolewa mara moja huku sauti yenye dalili za usingizi ikinong'ona, "Haiwezekani baba Shangwe, kumekucha sana."

Kalulu aliguna kidogo huku akicheka rohoni. Hii ilikuwa ndiyo tabia halisi ya mkewe. Haikuwepo siku wala wasaa ambao haukuwa na kasoro kwake. Kama ni wakati wa kulala lazima angedai 'ni mapema sana'. Katikati ya siku ungemsikia 'nina usingizi sana'. Mchana angelalamika 'joto jingi sana' na kadhalika. Tabia yake ilikuwa ile ile ambayo alikuwa nayo tangu utoto wake, wakati Idrisa akimchumbia. Hata baada ya kuoana aliendelea kuupigania ubikira wake na kukubali kuupoteza baada ya siku tatu za mapambano makali juu ya kitanda. Sasa usichana umetoweka miaka mingi iliyopita, bado mama Shangwe aliendelea kuwa 'mkorofi'. Kalulu hakuweza kuelewa alikuwa akitetea nini zaidi. Uvivu? Au ndoa zote ndivyo zilivyo hivi? Kalulu alijiuliza mara kwa mara.

Hata hivyo alimpenda na kumthamini sana mama huyu. Alipenda tabia hii pia kwa jinsi ilivyomruhusu kufanya shughuli zake usiku na mchana bila pingamizi yoyote kutoka kwa mama watoto wake. Aliwahi kusikia kuwa wako wake wengine ambao hudiriki kumtoa mume kutoka mezani anakojisomea na kumvuta hadi kitandani kwa madai ya 'anakuhitaji' au 'ni usiku mno, tulale.' Mama Shangwe hakuwa mmoja kati yao. Yeye alikuwa amemvumilia Kalulu kujisomea kwa njia ya posta kwa vipindi virefu vya usiku tangu walipoanza maisha ya pamoja. Wakati huo elimu ya Kalulu ilikuwa kidato cha nne tu. Baada ya kujiendeleza alipata nafasi ya kwenda masomoni Amerika. Mama Shangwe alimruhusu bila kinyongo na kumsubiri kwa miaka mingi pasi ya minong'ono yoyote.

Baada ya hapo ndipo walipoanza kula matunda ya uvumilivu wao.

Kalulu alikabidhiwa kazi zenye wadhifa na nafasi ambazo zilimwezesha kupata marupurupu ambayo hakuyatupa katika majumba ya starehe kama wengine, bali aliyatunza nayo yakamwinua. Sasa jumba lake la nne lilikuwa likikamilika huko jijini Dar es Salaam, shamba lake la mibuni lilikuwa likitoa mavuno ya kuvutia nje kidogo ya jiji la Arusha, kiwanda chake kidogo cha nguo kilichofichwa kwa jina la Mhindi mmoja kilikuwa kimeanza kazi miaka miwili iliyopita pamoja na miradi mingine chungu nzima yenye faida tele.

Mambo yote haya yalikuwa siri kubwa. Ni watu wachache sana waliofahamu juu ya miradi yake. Msiri wake mkuu alikuwa mama Shangwe.

Labda kilichoelekea kusaliti na kuitoa nje siri ya utajiri wake ni tumbo. Lilikuwa likiendelea kukua, likiacha kiwiliwili nyuma kabisa na kutangulia mbele kana kwamba lina haraka ya kufika kusikojulikana. Hakupenda tumbo hili lakini maadamu lilikuwa lake naye akiwa hana uwezo wa kulizuia alilazimika kulistahimili, akiliacha liendelee kumtangulia. Kadhalika alifarijika kwa kuwakumbuka mafukara wenye matumbo makubwa kama hili lake au zaidi.

Akalipapasa tena tumbo lake huku kichwani akiwaza kwa furaha; maisha si ndiyo haya? Mwanadamu anahitaji nini zaidi ya pesa za ku tosha? Starehe? Pesa alizonazo zingemwezesha kustarehe apendavyo. Afya? Pesa hununua afya. Nini zaidi? Mara akakumbuka. Alihitaji jina na madaraka. Atajwe huko na huku duniani. Mambo na maneno yake yatangazwe redioni na magazetini, picha zitokee katika televisheni na magazeti. Naam atajwe mara kwa mara. Ajulikane kama dhahabu.

Wazo hilo halikuwa geni kichwani mwake. Wala hakuwa kaketi tu akisubiri mwujiza utoke ghafla kulifanya jina lake kuwa miongoni mwa majina mashuhuri. Alikuwa ameanza kitambo kulitafutia jina hilo nafasi ya kuridhisha. Mwezi uliopita alikuwa kajaza na kuipeleka fomu yake ya kugombea ubunge wa wilaya ya kwao. Alikuwa na hakika kuwa fomu hiyo ingepita na kuwa moja kati ya majina mawili yatakayopigiwa kura. Elimu yake ilimruhusu kuwa na hakika hiyo. Wadhifa wake pia ulimwongezea imani.

Wala hakuwa na shaka juu ya wapiga kura. Alifahamu kabisa mbinu za kuwakabili. Wanachohitaji si zaidi ya ahadi kemkem zitakazotamkwa kwa sauti nzuri na maneno matamu. Hakuwa na hofu yoyote juu ya maneno hayo. Utaalamu wake wa kuzungumza mbele ya watu si mdogo. Eti alijua mahitaji ya hadhira yake; wangetaka machozi angewalilisha, yeye mwenyewe akiwacheka na kuwakebehi. Maadamu alikuwa na pesa na alikusudia kuzitumia katika kampeni. Kwani ni ipi kazi ya pesa zaidi ya kuleta fahari na pesa zaidi? Angezitumia.

Na zingelifanya jina lake liimbwe kote katika wilaya yake ya uchaguzi hata kabla ya siku ya upigaji kura kuwadia.

Bungeni hakuwa na mashaka juu ya kuchaguliwa kuwa waziri.

Isingemgharimu chochote zaidi ya senti chache kwa waandishi habari wenye njaa, na magazeti yangepamba kila tamko lake kwa kulipa uzito ambao ungemfanya Rais na kila mtu kujua kuwa Kalulu anastahili wadhifa mkubwa zaidi.

Kidogo ile miko ya uongozi ilimtia wasiwasi kwamba miradi ingekuwa hatarini. Wazo hilo alilipuuza kwa kukumbuka mbinu zake za kawaida. Miradi yake ingeendelea kuwa siri iliyofichika vilivyo. Majina ya bandia yaliyoiandikisha miradi hiyo yangeendelea huku yeye binafsi akijitahidi kutoitembelea mchana. Miradi yake ya nje angeifanyia tahadhari sana katika kuiwekea siri.

Naam, mwanamume anahitaji mafanikio. Baba yake mkulima ambaye alikufa na jembe mkononi anastahili kuendelea kutabasamu huko jehanamu au peponi aliko iwapo anayaona mafanikio ya mwanawe. Hata mama yake mzee, mwenye mkongojo na macho yasioyoona vizuri, angesikia umaarufu wa mwanawe. Wajukuu zake wangemwambia. Pia huenda angelisikia mara kadhaa jina la Idrisa Kalulu likitajwa redioni katika taarifa za habari.

Naam, lazima aende mbele daima.

Mawazo hayo, yakiwa yamemjaza mori, yalimfanya aurudishe mkono wake juu ya kiuno cha mkewe na kumvuta kwake kwa nguvu. Nguvu hizo zilimshangaza mama Shangwe hata akakomesha upinzani wake na kutulia akisubiri kinachofuata. Busu la kwanza likamshtua sikio. La pili alilipokea na kulijibu kwa kumkumbatia mumewe kwa nguvu huku akisema, 'kumekucha sana baba Shangwe'.

Chote kile ambacho kingefuata baada ya hapo kilikatizwa na simu ambayo ilianza kulia ghafla. Haikuwa kawaida ya Kalulu kupata simu za alfajiri kama hiyo. Hivyo mara moja alimwacha mkewe na kujifunga taulo kiunoni. Akainuka na kukoroma ndani ya chombo cha kusemea.

"Idrisa Kalulu hapa."

"Mzee, hapa ni kituo cha polisi. Mimi ni Number One," ilijibu sauti.

"Alaa! Kuna nini rafiki yangu?"

"Makubwa yametokea bwana Kalulu," sauti iliendelea kumjibu.

"Sijui tutayakabili vipi safari hii!

"Yepi hayo ndugu?"

Ikafuata habari kamili. Tangu Kamkanda alivyoenda polisi kuomba msaada wa kuwanasa 'wahujumu' na alivyopuuzwa. Alivyopambana nao peke yake na kusababisha kifo cha mmoja wao.

"Sasa yuko hospitali na anazungumza na kila mtu mambo hayo. Waandishi wa habari tayari amezungumza nao kirefu."

Dear God! Kalulu aliropoka baada ya kusikia habari hiyo. Sauti yake ikitetemeka alisema, "Usijali. Nitamkabili mwendawazimu huyo."

"Fanya hima bwana," iliongeza sauti. "Mambo haya ni mabaya mno. Yanaweza kumwaga unga wetu tusipojihadhari."

"Usijali, nitayakabili."

Akatua simu na kuanza kuvaa haraka haraka. Baadaye, alijitazama katika kioo na kuridhika kiasi. Uso wake wenye wingi wa mashaka alijaribu kuuweka sawa kwa kutabasamu kidogo alipohitajika kujibu salamu za wafanyakazi wenzake.

"Niitie Kandili Maulana na yule msichana Maua," alimwambia katibu wake mara tu alipomfikia. "Fanya haraka tafadhali."

* * *

"Usihofu, utapona Kamkanda," daktari alimweleza huku akimpapasa kichwa. "Jeraha lako halikuwa baya sana. Risasi haikuleta madhara yoyote. Tumeitoa kwa urahisi kabisa."

"Najua nitapona," Kamkanda alijibu akitabasamu. "Lakini naona isingekuwa vibaya kama ningekufa. Moto niliouwasha nafikiri unaridhisha kabisa. Kesho, wasomaji wote wa magazeti watakuwa kama vipofu waliopata uwezo wa kuona. Watawatambua maadui zao na kufahamu kisa cha vifo vya watoto wao. Namwamini yule mwandishi. Naamini atafanya kazi ya kuridhisha."

"Ndiyo, ndiyo," daktari alimjibu akitabasamu pia. "Sasa tulia ulale. Usikiruhusu kichwa chako kufikiri zaidi. Sawa?"

"Sawa bwana daktari."

Daktari huyo, kijana wa makamo, akaitazama saa yake. Muda wake ulikuwa umekwisha. Akaaga na kutoka. Mlangoni alikutana na nesi ambaye alimwambia, "Kuna mgeni wako hapa dakta."

Mgeni, alikuwa msichana. Msichana mzuri wa sura na umbo. Mavazi yake yalikuwa ya kutamanika, sura yake ya kuvutia. Alikuwa akimtazama daktari kwa tabasamu la mjuano.

Mara daktari akakumbuka kuwa msichana huyu hakuwa mgeni kwake. Alikuwa ameuona uso wake mara nyingi na kuutamani. Ni yule yule ambaye hubabaisha jiji hili kwa uzuri na ubora wa mavazi. Hata jina alikuwa analifahamu. Maua!

"Karibu sana"

"Ahsante dakta," Maua alimjibu. "Nimeambiwa kwamba unatoka sasa hivi. Nadhani itakuwa bora tufuatane nje. Nina maongezi marefu kidogo."

Wakatoka pamoja. Nje ya geti Maua alimwashiria daktari kuingia katika teksi ambayo ilikuwa ikimsubiri. Daktari alisita kwa madai ya kwamba alikuwa amekwisha chelewa sana. Alilazimika kuingia baada ya macho ya Maua kumlazimisha kwa namna inayosihi na kushawishi.

Safari yao ilikuwa fupi. Iliishia katika moja ya hoteli ndogo lakini nadhifu sana. Baada ya kumlipa dereva wa teksi Maua alimwongoza daktari huyo katika chumba alichokiandaa. Chumbani walikuta chupa za bia zikiwasubiri. Maua akaanza kumhudumia daktari.

"Labda binti, ingekuwa vyema iwapo ungenieleza dhamira ya yote haya," alisema daktari huyo.

Jibu la Maua halikuwa la maneno bali vitendo. Aliuinua mkono wake na kuutua juu ya shingo la daktari. Akambusu huku akinong'ona kwa namna ya mahaba. "Nakupenda dakta." Daktari alijikuta akijibu kwa kumkumbatia Maua. Wakaangukia kitandani huku wakiviringishana kwa busu na mahaba ya kila aina.

Dakika chache zilizofuata Maua alikuwa uchi kama alivyozaliwa, mwili wake mwekundu ukimeremeta juu ya shuka safi alizolalia. Macho ya daktari yalitambaa juu ya mwili huo na kuzidi kuutamani. Alitamani kila sentimita ya umbo hilo. Bila ya kujua analofanya daktari alianza kufungua vifungo vya suruali yake.

Maua ambaye muda wote huu alikuwa kama anayesubiri hatua hiyo hasa alisikika akinong'ona: "La, la, la, dakta, sio sasa. Kwa sasa ninalo tatizo. Siwezi kukuhudumia kwa namna inayokustahili."

"Tatizo, tatizo lipi tena mpenzi?"

"Zito sana!" alijibu Maua "Lakini naamini waweza kunisaidia."

"Lipi?"

Maua akaanza kueleza. Sauti yake ilijaa majonzi kiasi cha kumfanya daktari amsikilize kwa huzuni. "Mtu huyo anaelekea kuniangamiza daktari," aliendelea. "Ni mtu hatari mno kwangu na kwa watu wengine wenye heshima zao. Watu wanaotegemewa na watu. Itakuwa aibu na fedheha kubwa mno kwetu. Tunautegemea msaada wako peke yako dakta mpenzi."

"Sidhani kama naweza kukusaidieni," daktari huyo alimjibu baadaye. "Kamkanda anaonekana kuwa atapona."

"Asipone daktari," alidakia Maua. "Tafadhali hakikikisha haponi."

"Unanituma niue?" Daktari akafoka ghafla. Kisha alipoona sauti yake ilivyomtisha Maua na kumfanya atazame kama aliyekata tamaa aliongeza haraka haraka. "Sivyo mpenzi. Fikiria mwenyewe jinsi isivyowezekana kwa mtu kama mimi kufanya kitendo hicho."

"Siyo kuua," Maua akasihi. "Ni kumsaidia ili afe haraka. Afe haraka kabla hajaropoka mengi zaidi. Mwenyewe amedai kuwa anajisikia kufa. Hivyo kifo chake hakitakuwa mwujiza."

Daktari akafikiria hayo kwa nguvu. Maua aliyakata mawazo yake kwa kuongeza hima akisema. Iko zawadi yako mahususi daktari. Ya kwanza ni shilingi laki moja. Nitakupa kwanza alfu hamsini, baada ya kazi hiyo ndogo nitakupa elfu hamsini zingine. Baada ya hapo nitakukabidhi kwako mwili wangu, uufanye upendavyo."

Elfu hamsini sasa! Laki baada ya muda mfupi! Daktari hakuyaamini masikio yake. Hata hivyo alilazimika kuyaamini alipomtazama Maua na kumwona akiingiza mkono katika mfuko wake na kuutoa ukiwa umeshikilia furushi nene la noti. "Hizi hapa elfu hamsini," alisema. "Nyingine baadaye."

Ndoto zikaanza ghafla kuelea katika kichwa cha daktari. Ndoto aina aina zenye matumaini. Katika ndoto hizo aliona akiyatatua matatizo yote ya kifedha ambayo siku zote yalikuwa yakimwadhiri. Alimwona mama yake mzee ambaye siku zote alikuwa akimdai amnunulie meno ya bandia kufidia yale manne yaliyong'oka kwa uzee, akicheka huku meno ya dhahabu yamemkaa vyema kinywani. Alimwona baba yake ambaye daima hudai kujengewa nyumba ya kisasa akisaidiana na watumishi wajengao nyumba hiyo ya saruji. Alimwona mke wake akitabasamu huku kajitanda kanga mpya mpya za Mombasa. Laki ya shilingi! Kwa kazi ndogo kama hiyo!

"Usijali mpenzi. Nitakuhudumia mara moja. Nadhani ebu na tujinyoshe kidogo," alisema akianza upya kuifungua suruali yake.

"Hapana dakta," Maua alikanusha. "Kwa sasa nenda mara moja hospitali ukafanye shughuli nilizokuagiza. Nitakuwa papa hapa juu ya kitanda nikikusubiri. Na elfu zako hamsini zitakuwa tayari. Nenda tafadhali."

Daktari akageuka na kutoka nje ambako aliita teksi iliyompeleka hadi hospitalini.

* * *

Kamkanda ambaye alikuwa katulia, tabasamu likichezacheza usoni mwake aligutuka kidogo alipomwona daktari akimrudia. Macho ya daktari yenye dalili za majonzi yalimshangaza. "Vipi dakta, umesahau mkasi tumboni mwangu uliponipasua?" Akauliza kwa mzaha kidogo.

"Hapana, ni jambo dogo tu," daktari alijibu akilazimisha tabasamu. "Iko dawa moja nimesahau kukupa. Meza hii ..." akampa vidonge viwili ambavyo Kamkanda hakupata kuviona maishani.

Mara tu baada ya kuvimeza Kamkanda alihisi starehe mwili mzima. Starehe ambayo ilifanya akili yake kupumzika na kutofikiri lolote. Alikuwa akimtazama daktari hali hamwoni. Polepole usingizi mzito ukamteka. Katika usingizi huo aliota akidimimia katika shimo lenye kiza kizito na kina kirefu kisicho na mwisho.

* * *

Kesho yake gazeti lilitoka. Na lilikuwa na habari zote ambazo Kamkanda alipenda zitoke! Habari hizo zilipamba ukurasa wa mbele na kuutawala kabisa chini ya kichwa cha habari "MAJAMBAZI WAWILI WAUAWA NA POLISI."

Kama Kamkanda angekuwa hai, aisome habari hiyo ilivyoandikwa, kama hangekufa kwa mshangao ni dhahiri angejinyonga.

"Usiku wa jana," liliandika gazeti hilo. *"Polisi walipambana vikali na majambazi ambao waliivamia ghala ya kiwanda cha dawa za Oxton wakiongozwa na mmoja wa majambazi ambaye ni mfanyakazi wa kiwandani hapo, Kanda wa Kamkanda ambaye sasa ni marehemu. Polisi waliwakamata majambazi hao baada ya kuarifiwa na Meneja Mkuu bwana Idrisa Kalulu juu ya wizi*

huo.

Mapambano yalikuwa makali. Lakini kwa kuwa majambazi hao walikuwa na silaha kali za kisasa, walifaulu kukimbia na mali hiyo ingawa walimwacha majeruhi wao Kamkanda aliyefia hospitali. Na maiti ya mtu mwingine ambaye haijatambulika … "

"Wazimu huu," alifoka mtu mmoja akilitupa chini gazeti hilo baada ya kulisoma kidogo tu. "Haiwezekani! Mimi binafsi nilikuwepo hospitali. Nilimuona kijana huyu kwa macho yangu na kumusikia alivyosema. La, haiwezekani asilani?"

"Kabisa, kabisa" sauti ikamjibu.

Mtu yule wa kwanza, ambaye alikuwa akisema peke yake, akageuka kwa kushtuka kidogo. Ikamshangaza kuona mtu mwingine kasimama nyuma yake, gazeti mkononi.

"Nina mawazo kama yako ndugu yangu. 'Naamini ziko mbinu ambazo zimetumika kuiyumbisha habari hii hadi wenye haki kuonekana wahalifu, nao wahalifu kuwa watakatifu."

"Au sio? Aiseee?"

"Hata mimi naona hivyo," alisita kidogo kama asikiaye maumivu rohoni. "Nilidhani gazeti ndio sauti ya haki ..."

"Haki! gani?" mwenzie alinguruma. "Unaujua mshahara wa mwandishi wa habari hii? Shilingi mia nane au elfu moja. Ghafla apewe shilingi elfu arobaini. Unadhani atashindwa kuiyumbisha habari kama hii? Atashindwa vipi pindi kalamu ni yake na anaitumia?

Kikafuata kimya kifupi.

"Kwa hiyo wataka kunieleza nini, aisee? Hakuna haki bila usawa?"

"Umenipata. Usawa kwanza, haki baadaye. Vinginevyo juhudi zote za kuleta haki zinakuwa kama mchezo wa watoto wadogo."

"Kwa hiyo huu umekuwa mfano halisi kabisa aiseee. Mwandishi na yeyote huyu aliyemhonga wangekuwa na kipato kinachokaribiana kamwe yasingetokea haya. Hapa nimejifunza jambo la msingi kabisa. Kwamba tumaini letu ni kujenga usawa ndiyo tupate kufikia lengo letu la haki."

"Lakini Chamaa, kumbuka tatizo si kuelewa. Wengi wanaelewa hayo na wanayahubiri mchana kutwa, usiku wanayakiuka na kushughulikia matumbo yao binafsi."

"Kumbe tutafanya nini? Naona tumaini hakuna."

"Lipo, maadamu tumedhamiria. Itatokea siku, zipatikane mbinu ambazo zitatufikisha tuendako mapema. Serikali inafanya chini juu. Tatizo linakuwa kwamba baadhi au wengi kati ya wanaoaminika na serikali ndio shina na mizizi ya maovu yote. Fikiria mzee wa miaka hamsini, mwenye akiba ya shilingi elfu hamsini benki, anathubutu bila aibu kumwomba rushwa ya shilingi mia tano mtoto wa miaka kumi na nane ambaye anahangaika kutafuta kibarua. Watu kama hao ndio mbegu ambayo inaneemesha uovu na ubadilifu katika fikra za vijana. Hivyo kizazi kwa kizazi kinaendelea kuwa ..."

"Kama kundi la mbwa mwitu wagombeao windo," alidakia mwenzake. "Hicho ndio kisa, chanzo na asili ya wizi, magendo, hujuma na maovu yote mengine. Kila mtu kachemka, yuko mbioni akimkimbilia fulani au ataka amwache fulani."

Kimya kingine kikafuata.

"Iko haja ya kutafuta dawa haraka."

"Kisha iwe dawa ya kudumu."

Halafu watu hawa wakatazamana. Hakuna aliyempenda mwingine.

Aibu ikawarejea kwa kutofahamiana kwao.

"Samahani aisee. Kwaheri."

"Samahani ya nini Chamaa?"

Kwa muda wakaendelea kutazamana. Kisha wakageuka na kuutazama mnara wa Azimio la Arusha ambao ulisimama mbele yao ukimeremeta kwa nuru ya jua lililokuwa likiupiga.

Mmoja alipoyarejesha macho kumtazama mwenzie hakumwona.

Hakujua kaelekea wapi. Akatazama huku na huko, kisha akaanza safari ya kurejea alikotokea. Kila baada ya hatua tatu nne aligeuka kuutazama mnara kama aliyeutegemea kumfichulia siri fulani. Siri ambayo yeye binafsi hakuifahamu.

Sura ya Tano

Na sasa alikuwa mtu katika watu. Hapana, alikuwa mtu zaidi ya watu. Jina lake lilikuwa maarufu likitukuka mjini na vijijini mfano wa maji katika jangwa. "Kandili Maulana ..." Walinong'ona hata wasiomfahamu ... "Kizito ... amejaa ... amefanikiwa ... amejaliwa ..." pamoja na sifa kadha wa kadha ambazo zatosha kujaza kitabu.

Alikuwa na ukwasi ambao ungeweza kumridhisha, kumstarehesha na kumtosheleza.

Yangepita malori kadhaa ya mizigo. Watoto mara moja wangepiga kelele wakiimba: "KANDILI TRANSPORT ... KANDILI: TRANSPORT ..." Jengo kubwa la hoteli ambalo lilikuwa likijengwa nje kidogo ya mji lingewafanya wapita njia wasite kuliangalia. Mmoja wao angesikika akinong'ona: "Na hii nasikia ni ya Kandili." Mwenzie asingechelewa kumjibu: "Eh, tena hii ni ya tano. Iko kubwa kuliko hii anajenga Moshi."

Si hayo tu. Yalikuwapo mabaa kadha wa kadha ambayo wapita njia hawakuchoka kunong'ona: "Ya Kandili. Katumia jina la mdogo wake." "Ile pale ameshirikiana na Mhindi Cupta."

Hayo yalikuwa machache ambayo waliyafahamu. Mengi hawakuyajua. Mengi ambayo yalifanyika kwa siri kubwa na yaliyomwingizia faida kubwa. Mathalani alikuwa na kikundi cha wawindaji ambao aliwalipa mshahara na kuwapa silaha walizozitumia kuua tembo, faru na chui. Pembe za ndovu, vipusa, na ngozi za chui waliouawa, aliziuza nje ambako alipata faida kubwa ya fedha za kigeni. Fedha hizo za kigeni alizifanya biashara nyingine. Alizibadili kwa shilingi na kujipatia faida kubwa isiyo na jasho.

Mbali na hayo, alikuwa mfanyabiashara maarufu wa madini. Aina yoyote ya madini: almasi, dhahabu, tomarini ya kijani, tanzanite, rubi na zote nyingine yeye alizinunua kwa bei ndogo na kuziuza alikokujua kwa bei kubwa. Biashara hii pia ilikuwa siri nyingine kubwa ambayo hakupenda yeyote asiyehusika kikamilifu aifahamu.

Kwake fedha ilikuwa ikimiminaka usiku na mchana. Iliingia kwa njia hii na ile mithili ya mito iingiavyo baharini. Ajabu ni kwamba bakutosheka nazo hata mara moja. Ingawa umaskini wake na wa familia yake sasa ulikuwa ndoto iliyokwisha zikwa ikasahauliwa, bado alihisi utamu wa fedha ukiendelea kumshawishi azidi kuzitafuta mchana na usiku. Japo mabenki ya hapa nchini yaliendelea kutosheka na akiba zake, na mabenki ya nje kushiba kwa noti zake, huku sefu lake lililochimbiwa katikati ya chumba chake cha kulala likiwa limefurika pia, njaa ya pesa ilimuuma zaidi ya mafukara wasio na senti. Alikuwa kama bahari ambayo japo mito yote huingia humo kamwe haijai wala kutosheka.

Tamaa hiyo ndiyo iliyomfanya aafiki bila vipingamizi mpango wa hivi majuzi ulioandaliwa kwa siri sana na rafikiye Bon. Mpango ulihusu kupokea pesa nyingi kutoka kusikojulikana, nusu yazo alikubaliwa kuzifanya zake binafsi na nusu nyingine alihitajika kuzitumia kulangua vitu muhimu kwa wingi. Vitu hivyo aliagizwa kuvificha, ikiwezekana chini ya ardhi, mradi tu visionekana machoni mwa wananchi. Baada ya muda alihitajika kununua vingine na kuvifanya vivyo hivyo.

"Vikiharibika?" Alikuwa amemuuliza Bon.

"Usijali," Bon alimjibu.

"Kwa nini? Watu si wanavihitaji sana?"

"Watu! Watu! Lini utaachana na watu Kandili? Mtu ni wewe na mkeo kama unaye. Kama huna ni wewe na nduguzo. Au utaniambia kila mtu ni ndugu kama waambavyo wanasiasa?" Kicheko cha kebehi kikamtoka. "Ndugu ni nduguyo kwa baba na mama. Wengine achana nao. Mradi wewe vitu vyote muhimu wapata, ukikosa waagiza nchi za nje, endelea kuficha vitu hivyo. Pesa za bure kama hizo utaziacha?"

Na hakuziacha. Akaendelea na kununua sukari, sabuni, betri, chumvi, unga, nguo, madawa na kila kitu alichokipata na kuvizika ardhini. Alivipata vitu hivyo kwa wingi baada ya kutumia rushwa nzito.

Hata hivyo aliendelea kushangaa juu ya mpango huo. Alipenda kumjua mtu huyo aliyekuwa na fedha nyingi za kuchezea kiasi hicho. Kusudi lake lilikuwa lipi? alijiuliza. Kuwapa watu taabu? Yeye apate nini? Lakini haikumchukua muda kuhisi kilichokuwa kikitokea.

Akagundua kuwa fedha hiyo haikuwa ya mtu mmoja bali shirika fulani la nje au ndani, lililokuwa na dhamira mbaya kwa serikali. Dhamira yao ilikuwa kuwadhoofisha wananchi kwa kukosa vitu muhimu, wakati huo huo, ikiwafanya wananchi waichukie na kuidharau serikali na siasa yao kwa kushindwa kuwahudumia. Naam, ilikuwa vita vya kimyakimya dhidi ya siasa ya Ujamaa na Kujitegemea.

Baadaye, siku ambayo maadui hawa wangehisi kuwa wananchi wamedhoofika na kuikinai siasa yao, wangejitokeza nyuma ya nyuso nyeusi za wasaliti wajifanyao wazalendo ilihali mioyo yao imejazwa kasumba ya ubinafsi. Njama hizi zingewarahisishia nia yao ya kuitwaa serikali na kuangamiza juhudi zote za kujenga Ujamaa kwa madai ya kuwa unaleta dhiki kwa wananchi. Hapo maghala ya siri yangefunguliwa, vitu vilivyoadimika miaka mingi vingefumuka na kusambazwa kwa raia. "Serikali yenu mpya imewaletea na itaendelea kuwaletea kila kitu," wangeambiwa raia. Pengine wachache wangehisi mbinu zilizotumika, lakini wangerukaruka na kuishangilia serikali hiyo mpya kwa vifijo na vigelegele.

Kwa Kandili, mtu aliyeipenda sana nchi yake, alihisi huo ni usaliti. Lakini utamu wa fedha ambao alikwisha uonja aliupenda na ulimshinda nguvu hata akaendelea kushiriki katika kulangua na kuficha vitu adimu. Wala hakuuona umuhimu maalum wa kupambana na Ujamaa kwa fedha nyingi kiasi hicho. Ya nini wakati Ujamaa ulikuwa kama wimbo tu unaoimbwa na wanafunzi wakisaidiwa na wakazi wa vijijini? Yeye binafsi hakuona madhara yake. Wakati wao wakiimba na kuusifu usawa yeye na wajanja kama yeye walikuwa wakiendelea kuinuka haraka. Azimio lililotaifisha mali miaka kumi na mitano iliyopita lingemdhuru nini leo? Kama lingetokea Azimio lingine la Dodoma au wapi vile, miaka kumi na mitano ijayo, si atakuwa amefaidi na kustarehe apendavyo? Acha waendelee kuhubiri Ujamaa wao redioni, acha waendelee kuusifu magazetini, yeye ataendelea kuinuka na kuneemeka.

Kuna wakati ambao aliwahi kuupenda sana Ujamaa. Naam, wakati huo aliamini hakuna siasa nzuri kama hiyo ambayo imekusudia usawa. Lakini hayo sasa aliyaona kama zile hadithi za "hapo zamani za kale." Hadithi za mababu wa mababu. Fasihi simulizi. Huo ni wakati ule alipokuwa fukara wa kuaibisha, akitembea matako nje, akilala njaa au kula chakula hafifu, miguu yake ikiota sugu kwa kutovaa viatu, huku akiona watoto wenzake wengi wakivaa vizuri, kula vizuri huku wakichezea fedha kama watu wazima. Wakati huo alihisi na kuamini kuwa haipo duniani siasa nzuri ya haki kama yoyote ile inayokusudia kujenga usawa. Akasifu Ujamaa kwa nyimbo huku akiuombea kwa Mungu, Mwanaye Yesu na mtume wake Mohamed S.A.W.

Si sasa, baada ya kuishika fedha na kuujua utamu wake. Baada ya kuona binadamu wanavyomtukuza, tayari kumlamba miguu kwa ajili ya pesa. La. Alikuwa mwendawazimu, au utoto ulimsumbua kuupenda Ujamaa kiasi kile.

Akaendelea kufanya kila lililowezekana kupanua ukubwa wa miradi na akiba zake. Hujuma zaidi zikiendelea pasi ya hofu, miradi mtaani ikapanuka bila kipingamizi, fedha ikiendelea kutiririka katika mifuko yake.

* * *

Kiburi cha akina Kandili katika kuwanyonya wananchi na kuwapuuza wafanyakazi wenzao pasi ya hofu yoyote, pamoja na kifo cha Kamkanda ambacho kiliwatatanisha sana watu wote waliomfahamu, hasa baada ya kuzisoma habari zile za kutatanisha gazetini, ni miongoni mwa mambo ambayo yaliyowasha moto mkali katika kiwanda cha TOKO. Barua nyingi zilimfikia mhariri wa gazeti lililoandika habari zile, nyingi zikiendea wizara inayohusika, na nyingine zilitumwa katika vikao vya Chama. Zote ziliomba au kudai jicho kali litupiwe kiwanda hiki.

Kilio hicho kiliyafikia masikio ya serikali. Hima ikaundwa tume ya uchunguzi ambayo ilikabidhiwa jukumu la kutafuta ukweli wa madai hayo. Tume hiyo, iliongozwa na Mwenyekiti mwenye njaa kali ya utajiri na wasaidizi wake wenye kiu kizito cha mali. Walisherehekea sana kupewa wadhifa huo. Na walifurahia sana mapokezi ya 'kiungwana' waliyofanyiwa na viongozi wa TOKO. Yakafanyika maongezi ya faragha baina yao na viongozi hao kabla ya kuzungumza na mtu yeyote. Wakaanza kazi waliyoagizwa baada ya kufikia makubaliano na viongozi wa kiwanda hicho. Kazi hiyo wakaifanya tu kutimiza wajibu. Baadhi ya maswali yao yaliibua majibu yenye ukweli wa kutisha. Lakini majibu hayo hayakupata nafasi katika majalada yao. Yaliyoandikwa humo ni mengine kabisa ambayo yangeweza kuwafanya mashujaa wa kiwandani hapo watokwe na machozi, kwani yalikuwa yale yale ambayo sasa ni kama wimbo wa kawaida: "Matatizo ya Uchumi," "Shida ya Vipuli," "Fedha za kigeni," na kadhalika.

Na kwa nini wasingefanya hivyo na eti huu ndio uliokuwa wakati wao ambapo dunia imeamua kuwachekea kama wenzao? Wangekuwa wendawazimu kiasi gani kuipiga teke bahati ambayo ilimfanya kila mmoja wao kuondoka pale na nyongeza ya shilingi elfu sitini juu ya akiba yake.

Hata hivyo, japo Kandili aliridhishwa na matokeo hayo lakini hakutosheka. Alifahamu huo usingekuwa mwisho wa serikali kukitupia jicho kiwanda hicho kwani malalamiko ya wananchi na wafanyakazi yalikuwa mengi na yaliendelea kukua. Ndipo akaamua kuacha kazi na kudumisha kampuni yake ya uchukuzi na usafirishaji kwa kizingizio cha mkopo wa milioni moja alizopewa na Benki ya Biashara. Ukweli ni kwamba hakuwa na haja ya mkopo huo, angeweza kufanya lolote kwa fedha zake alizohifadhi.

Kampuni biyo ilikuwa mashuhuri kuliko zote mkoani Arusha, ilipata zabuni kubwa kubwa kutoka serikalini na katika mashirika ya umma kwa jinsi wakubwa wengi walivyowekwa "mikononi." Ilikuwa na watumishi wasioupungua mia moja, nusu yao wakiwa wafanyakazi wa ofisi. Ofisi iliongozwa na msomi mmoja mwenye shahada yake ya utawala, mtu huyo alipokea amri zake kutoka kwa Kandili ambaye ofisi yake ilipambwa kwa maandishi ya Kiingereza; "MANAGING DIRECTOR" mlangoni. Ofisi ambayo Kandili aliitumia nadra sana. Mara nyingi alikuwa katika safari zake mbalimbali.

Safari zake nyingi zilikuwa za ughaibuni. Kama ungepita mwezi mmoja, wa pili lazima ungemwona Kandili akipanda ndege, tikiti ya London au New York, kibindoni. Huko, pamoja na kushughulikia mambo yake ya kibiashara, aliitumia nafasi biyo kujistarehesha, kubwa ikiwa starehe ya kutembea na wasichana wa Kizungu, viumbe ambao hapo awali alidhani hawapatikani kwa urahisi. Kumbe walikuwa duni mno na mapenzi yao akiyaona hafifu kinyume kabisa cha mwanamke wa Kibantu.

Uhusiano wake na Maua ulikuwa jambo jingine ambalo halikuweza kuipita kando akili yake. Ulikuwa uhusiano wa kuchekesha kidogo. Mara kwa mara waligombana, kila mara mchokozi akiwa Kandili, na hilo alilifahamu vilivyo. Na alitaka aeleweke hivyo. Kwamba hakumpenda Maua kwani alimwona mwovu kuliko inavyomstahili mwanamke yeyote duniani. Alikuwa hajasahau Maua alivyotumiwa na Kalulu, hapana, walivyomtumia wote, kumshawishi daktari kuyateketeza maisha yasiyo na hatia ya Kanda wa Kamkanda. Asingeweza kusahau kuwa baada ya kifo cha Kamkanda, Maua na daktari huyo walisherehekea mauaji hayo juu ya kitanda wakiwa uchi. Mwanamke kama huyu atasemaje anakupenda ilihali anawahudumia wengi. Alijiuliza swali hilo kila baada ya Maua kumwambia yale ambayo alikuwa akimwambia mara kwa mara: "Nakupenda sana Kandili. Sijifai kwa ajili yako. Waonaje tukioana? Wewe una pesa nami ninazo za kutosha. Tutaishi raha mustarehe kama wapenzi wa hadithini."

Kuoa lilikuwa jambo ambalo hata mama yake Kandili alikuwa amelisisitiza kila walipokutana. "Oa mwanangu. Sijui unachosubiri ni nini?" Alikuwa akisema kwa majonzi. "Wenzako hudai kuwa wanaogopa kuoa kwa ajili ya hali ngumu ya maisha. Wewe maisha yamekunyookea. Dunia inakuchekea. Kila kitu unacho na ambacho huna, uwezo wa kukipata unao. Iliyobaki ni kuoa tu, utulie. Wenzako wote hata wadogo zako, sasa wana wake na watoto. Wewe huna. Si aibu hiyo mwanangu?"

Kila alipomwambia hayo, na kuyaona macho ya mama yanavyosihi, Kandili alikuwa akiahidi na kuamua kuoa, lakini kila alipoachana na mama huyo alikuwa akisahau kabisa suala hilo. 'Ya nini kuoa, aupoteze uhuru wake ambao unamwezesha kustarehe na bibi yeyote amtakaye kwa wakati atakao?' Alijuliza. Tatizo jingine ni jinsi ambavyo hakujua nani alistahili kuwa mke wake wa ndoa. Mamia ya wanawake aliostarehe nao, japo waliimba na kulia kwa machozi usiku kucha 'Mpenzi ... Mpenzi ...' alijua wazi kuwa hawakuwa na mapenzi yoyote kwake, haja yao ilikuwa pesa zake tu. Hata kama wangeweza kumpenda sana, aliwachukia kwa kujua kuwa kila mmoja alikuwa na orodha ndefu ya wanaume wake iliyofichika moyoni.

Waovu watupu!

'Maua?' Alijiuliza mara kwa mara. La la, la, kama ingetokea kuoa katika maisha yake alijua mtu huyo asingekuwa Maua. Asingeishi kwa furaha na amani moyoni huku akijua kuwa mwenzi wake wa maisha alikuwa mwovu. Angependa kuoa mke asiye na hatia. Mke ambaye mapenzi ni halisi, si ya pesa wala starehe.

'Dora?' Jina likamjia tena akilini. Jina la Dora, yule msichana ambaye alitoweka zamani sana. Msichana ambaye Kandili aliamini kuwa alimpenda kwa dhati kwani wakati huo ingawa alikuwa hohehahe bin taaban, akienda nusu uchi na kula chakula cha nguruwe, Dora aliendelea kumpenda. Ikaja siku ile ambayo alidhihirisha penzi hilo kwa kujitoa kwake kimwili. Siku moja tu. Lakini mara, ghafla kama wanawake wote wengine, alijazwa mimba na mtu asiyejulikana, kwa aibu akatoweka na kujificha kusikojulikana. Aweza kuwa alikufa au ameolewa, Kandili hakujua. Alichojua ni kwamba huyu pia alikuwa mwovu kama wengine. Kama si hivyo kwa nini asimsubiri kama walivyokubaliana! Kwa nini kama alihitaji mimba asimruhusu yeye kushiriki katika kuiumba? Mwovu!

Wakati mwingine hofu ilimshika alipojiuliza lini angeoa. Pengine asioe hadi mwisho wa maisha yake!

Tukio la kusisimua kuliko yote lilikuwa lile la kuondoka kwa Idrisa Kalulu. Alikuwa ameupata ubunge kwa kura nyingi dhidi ya wapinzani wake. Baada ya ubunge wa muda mfupi, aliteuliwa kuwa Waziri wa Haki na Ubinadamu. Wizara ambayo ilikuwa na jukumu la kuhakikisha haki inatendeka kila mahali na ubinadamu haukiukwi mahala popote.

Kalulu mbunge na waziri katika serikali inayojenga usawa! Hilo lilikuwa likimwumiza mbavu Kandili kwa kucheka. Alikuwa ameanza kucheka tangu kila kipindi cha kampeni za uchaguzi ambapo Kalulu alisikika akifoka mbele ya umati kuusifu Ujamaa na kuahidi jinsi atakavyojitahidi kuhakikisha unajengwa na kuwanufaisha wananchi. Sauti yake ilidhihirisha nia, machozi yalilengalenga kwa huzuni aliposema hayo. Kwa mtu aliyemfahamu kama Kandili, huo ulikuwa uongo wa mchana. Halaiki ilikuwa ikipumbazwa na kuzubaishwa kwa maneno matamu yatokayo katika moyo uliooza kwa tamaa, uchoyo, uroho na udanganyifu. Mtu ambaye kila tamko lake lilikusudia kuongeza "chochote" katika ukwasi wake, kila kitendo kilidhamiriwa kumwongezea jina na cheo. Mtu ambaye miradi yake ya siri, ya nje na ndani, ilikuwa ikiendelea kustawishwa, na cheo hicho kipya kilikusudiwa kuifanya izidi kuimarika.

"Sijui anachokusudia kufanya huyu Kalulu," Bon alitamka siku moja walipokuwa baa wakinywa bia. "Upoteze bure muda wako, kusifu siasa ambayo huipendi wala kuiamini? Upuuzi ulioje!"

"Uroho wa madaraka," Kandili alimkumbusha. "Anahitaji apate kila kitu na kila cheo. Utajiri haukumtosha kwa kuwa ulineemesha tumbo lake tu. Anachotaka sasa ni jina lake kuimarika pia. Siasa ni njia mojawapo. Kwa kuwa hapa tunayo siasa moja tu, wote wanaojiona wanasiasa wanakuwa hawana budi ila kujiunga nayo. Haja ni kujulikana, kutukuzwa na kusifiwa. Ugonjwa mbaya sana huu. Bila shaka atakuwa pale kama mwenzi wao hali ukweli unabaki sirini kama ulivyo; kuwa yeye ni mpinzani wao mkubwa. Adui wa dhamira na madhumuni yao. Kipingamizi kikubwa cha maendeleo yao. Ujamaa utabaki ukiimbwa kama wimbo mzuri huku kila mbinu ikiundwa kuukwamisha," akasita na kupumua kwa nguvu. "Labda hautakwama," aliongeza. "Lakini ukweli u wazi kuwa utachelewa. Kwani mtu kama Kalulu, na wote wenye mioyo kama wake, ni chembe ya mchanga katika jicho. Fikiria chembe hizo zikiwa nyingi, katika kila jicho, mwenye macho hayo ataona aendako? Asipoangalia atatumbukia shimoni."

Maneno yake yalimfanya Bon kuangua kicheko. "Nimekuogopa Kandili," alisema baada ya kicheko hicho. "Umetoa hotuba ambayo kama Rais angeisikia angemtoa Kalulu madarakani na kukukabidhi wewe. Wala nisingemlaumu. Umefoka kama mjamaa halisi mwenye huruma kwa nchi yake. Kumbe nawe u mmoja kati ya akina Kalulu, fisi mwenye ngozi ya kondoo."

Ingawa alicheka lakini rohoni Kandili alijisikia maumivu ya aina fulani. Maneno ya Bon yalikuwa yamegusa sehemu fulani rohoni mwake. Sehemu dhaifu inayouma. Maumivu ambayo hakupata kuyasikia huko mbeleni. Maumivu ambayo hakuweza pia kuyafafanua kwa mganga wala mganguzi yeyote.

* * *

Siku zikaja, siku zikaenda. Mara ikawadia hii ya leo. Siku ambayo Kandili alijihisi furaha isiyo kifani. Alitamani apae angani, uwezo hakuwa nao. Akatamani aruke hewani, mabawa hakuwa nayo. Akafanya lile aliwezalo, kuingia katika gari lake ambalo alilitia moto na kuliendesha kwa mwendo wa wastani huku na huko mjini. Alipoumaliza mji alijitoma vitongojini, Unga Limited, Sanawari, Sakina, Ngaranero na hata Ngaramtoni. Moyo wake uliojaa faraja ulizidi kufarijika kila alipoona watu mbalimbali wakiikodolea macho Benzi yake ya kijani na kunong'ona: "Ni mwenyewe," kila baada ya kumchungulia dirishani.

Alipotoka Ngaranero alirejea Majengo. Akalipaki gari lake kando ya baa ya Tononoka na kutoka nje ya gari.

Akalizunguka kwa nyuma na kuliegemea huku akitoa sigara na kuanza kuvuta kwa utulivu. Utulivu mkubwa kiasi cha kumfanya asahau kuwa umati wa watoto ulikuwa umemzunguka ukilihusudu gari lake, mavazi yake na umbile lake kubwa lililotanguliwa na kitambi kinachopendeza macho.

"... ni Kandili! ..." walinong'ona watoto hao.

Akawatupia macho. Wengi wao walikuwa wachafu baadhi yao wakiwa na mavazi hafifu. Mmoja miongoni mwao alimvutia zaidi. Alikuwa na mavazi hafifu zaidi ya wote. Matako yake yalikuwa nje ya kaptura kuu, aliyokuwa amevaa. Kaptura hii ilikuwa imepokea viraka vingi hata ilikuwa imeanza kuvikataa na kuviacha vining'inie kama bendera zilizokosa upepo. Kilichomvutia Kandili kwa kijana huyu si mavazi hayo bali sura yake. Ilikuwa sura nzuri. Sura ambayo alihisi kupata kuiona huko mbeleni. 'Wapi vile? Wapi?' Alijiuliza. Kisha akajisahihisha mara moja. Alikuwa hajapata kumwona. Kilichomfanya adhani hivyo ni jinsi kijana huyo alivyofanana na mmoja wa wadogo zake katika zile zama zao za ufukara. Walifanana sana, mfano wa mapacha. Picha halisi ya mtoto wa maskini katika nchi maskini.

Alimtazama sana mtoto huyo hadi alipotoweka pamoja na wenzake baada ya kuikinai gari na nakshi zake. Akabaki peke yake. Sigara ilipoisha aliwasha nyingine huku akifikiria kuondoka. Aende wapi? Alijiuliza. Hakujisikia kurudi nyumbani. Wala hakutamani kujiburudisha katika baa. Furaha aliyokuwa nayo aliona ikimsukuma kwenda mahali fulani, ambapo hakupafahamu na kufanya jambo fulani ambalo hakulijua.

Polepole akaanza kujicheka rohoni. Kama sio mwanzo wa kichaa ni nini? Mtu utoke kwako, uje vichakani kama huku ukitazama huku na huko kama punguani! Jihadhari kijana! Angalia.

Mawazo yake yalikatizwa ghafla kwa kuliona umbo la msichana au mwanamke likivuka barabara. Macho yake yakalifuata umbo hilo. Yakaridhika nalo. Lilikuwa umbo halisi ambalo Kandili alipenda msichana wake awe nalo. Urefu wa kadiri, wembamba kiunoni na matako makubwa yachezayo pindi aendapo. Mwendo wake pia ulimvutia Kandili. Ulikuwa mwendo ambao ni ndoto zake za usiku na mchana kwa mwanamke.

Bila ya kufahamu afanyalo Kandili alijikuta kaliacha gari lake na kuanza kumfuata msichana huyo aendako. Alimfuata kwa mwendo wa haraka kama anayemfahamu. Alipomfikia alimgusa bega akisema:

"Shangazi, tusalimiane tafadhali."

Msichana huyo akageuka. Wakatazamana. Mara wote wakatokwa na macho na kupanua midomo kama waliokusudia kumezana, kwa mshangao. Mshangao ukafuatwa na machozi mengi ambayo yalianza kuwamiminika. Kisha kama waliovutwa na nguvu fulani wakarukiana na kukumbatiana kwa nguvu huku msichana akiangua kilio cha kwikwi.

"Dora ... Dora ... Dora ..." Kandili alinguruma huku akimsukasuka kwa nguvu. "Siyaamini macho yangu. Dora ... Dora ... Ni wewe kweli?

"Ni mimi, Kandili!"

Sura ya Sita

❂◗ ◖ ◦ ⋅ ◦ ◗ ❂

"Ni wewe mpenzi," Kandili alikumbuka kumjibu. Wakati huo hawakuwa tena pale njiani ambapo macho ya watu yaliwaelekea kwa mshangao. Sasa walikuwa juu ya kitanda, katika chumba cha Dora. Kitanda ambacho kilizitesa mbavu za Kandili kwa ukosefu wa godoro. Mkono wa Kandili ulikuwa ukipapasa kichwa cha Dora hali mkono wa Dora ulikuwa umetulizwa juu ya kifua cha Kandili.

Kati yao hakuna aliyekumbuka ni vipi waliupata uwezo wa kuitawala njia hiyo yenye makorongo na vidimbwi vya maji hadi kuifikia nyumba. Hakuna aliyejua wapi zilikotokea nguvu za kuufungua mlango. Walichofahamu na kuona ni kwamba walikuwa kitandani miili yao ikisheherekea kuonana kwao, mioyo yao ikifarijika kwa wingi wa furaha hiyo. Ilikuwa kama kuonana kwa wapenzi wawili, kana kwamba mmoja wao kafufuka ghafla baada ya kufariki miaka mingi iliyopita.

"Ni mimi Kandili. Mimi ni Dora, wako wa roho na damu. Sina uwezo wa kukueleza kiasi gani nimefurahi kukuona." Sauti yake ilikuwa shahidi halisi wa ukweli huo, ukweli uliotoka katikati ya chembe cha moyo wake. Ilitamkwa kwa majonzi ikisindikizwa na machozi. Ikamwingia Kandili hadi rohoni na kuumba tufe la simanzi moyoni mwake. Tufe lenye maumivu makali ambayo hakuwahi mbeleni kuyasikia kwa maneno na mahaba yote aliyowahi kupata kwa wanawake wengine.

Kwa hasira ambazo hakujua zilikotoka, alijikuta kamgeukia Dora na kumfokea kwa nguvu: "Kwa nini ulifanya vile?"

"Kufanya vipi?" Dora alihoji kwa mshangao kidogo.

"Kutoroka. Kukimbia, wakati ulifahamu kabisa kuwa nilikuhitaji!" Alimsaili kwa sauti iliyobeba hasira kali.

"Ningefanyaje, Kandili?" Dora alinong'ona huku akiyaepuka macho ya Kandili yaliyokazwa juu ya uso wake.

Ndiyo, angefanyaje baada ya kubeba ile mimba haramu! Kandili akajiuliza. Tukio zima likamrudia akilini. Kama anayeota akauona tena ule uso wenye huzuni ya aibu iliyokuwa ikimkaribia. Aibu. Aibu ya watu na hasa ya kumwonea yeye Kandili. Ni aibu hiyo iliyomfanya aamue kukimbia. Kumbe alikimbilia huku!

Kandili akazidi kumtazama Dora. Mengi ambayo alikuwa hajayaona katika mwili wake huo yakaanza kujitokeza. Macho, hayakuwa yale yenye furaha na mng'aro unaofariji. Haya yalijaa huzuni na ukiwa. Sura haikuwa ile laini inayovutia kutazama, bali ilikuwa na mikwaruzo mashavuni na kovu nyuma ya sikio. Zile nywele ndefu, laini na nyeusi zilikuwa zimetoweka na nafasi yake kumezwa na nywele kavu, ngumu zilizojikunjakunja. Vivyo hivyo, mikono, miguu na mapaja yake. Vyote vilikuwa vimepoteza ule umaarufu wake ulaini na wororo. Hata mavazi yake ambayo sasa yalitungikwa juu ya kamba, yalikuwa katika hali halisi ya ukuukuu. Wala hayakuonyesha kuwa yaligharimu hela nyingi dukani.

La, huyu hakuwa yule Dora wake! aliwaza Kandili. Hakuwa Dora hata kidogo. Dora ambaye aliburudisha kila jicho la mpita njia! Dora ambaye alikuwa kama picha nzuri ambayo ilimsisimua mtazamaji! Aliyekuwa faraja kumgusa, starehe kumsikiliza. Hapana, huyu siye! Huyu ni Dora mwingine. Wakati ulimwadhibu na kumtupa kando na kumwacha hohehahe asiye na a au be. Yatazame mavazi yake! Utazame mwili wake!

"Shauri ya umalaya," Kandili akanguruma tena, ghafla.

Dora akamtupia macho ya mshangao.

"Ndiyo, umalaya umekuadhibu, yote haya yasingekupata kama ungetulia na kuwa binti mwema kama nilivyokufikiria. Leo hii ungekuwa na hali nzuri, mke wa Kandili. Sijui sasa wamlaumu nani. Imekuwa kama bahati kwangu, vinginevyo ningejikuta nimeoa malaya mkubwa asiye na haya wala ..."

"Kandili!" Sauti yenye wingi wa mshangao na uchungu ikafoka kwa mnong'ono.

... aibu kama sikosei ni yule mtumishi wenu aliyekuwa na upele ndiye aliyekupa mimba ile. Najua mimi ulikuwa wanidanganya tu. Ninashindwa kujua ni vipi ushindwe kuchagua walao mtu wa maana akupe mimba."

"Kandili!" Dora aliita tena. "Niruhusu niseme ..."

"Useme nini? Zamani sana, nilikuruhusu kusema yote uliyotaka. Na ulisema sana. Ukinidanganya kwa hili na lile mfano wa juha asiye akili. Leo hii ni zamu yangu! Nikikuruhusu kusema utaanza bila haya kunidanganya hivi na vile. Nadhani waweza hata kuthubutu kudai kuwa mimba ile ni yangu." Hapo Kandili alisita kidogo akicheka kwa huzuni uliochanganyika na kebehi. "Ndiyo, nawajueni sana wanawake."

Dora, akiwa kipofu kwa machozi yaliyomjaa machoni, alijikongoja kutoka nje ya chumba baada ya kunong'ona kwa sauti nzito, "Siwezi kukusikiliza zaidi." Alitoka hadi nyuma ya nyumba ambako alifika kibahatibahati kwa jinsi macho yake yalivyozibwa kwa machozi.

Mara akaisikia sauti nyingine ikilia kando yake. Asingeweza kuikosea sauti hiyo. Ilikuwa ya mwana wake Chema. Bila ya majadiliano walijikuta wamekumbatiana wakilia pamoja. Wakilia kwa sauti za mnong'ono kama yatima ambao wamewakumbuka ghafla wazazi wao.

"Usilie mwanangu," Dora alinong'ona huku akikipapasa kichwa cha Chema.

"Ni wewe unayelia, Mama." Wakaendelea kulia.

Kandili alipotoka kwenda zake, alishangaa kuwaona katika hali hiyo. Moyo wake ulipatwa na huzuni ghafla, huku fikra zake zimeduwaa. Ni juhudi kubwa ambazo zilimwezesha kuishinda nguvu hiyo isiyojulikana ambayo ilimvuta akawakumbatie na kulia pamoja nao au kuwafariji.

Kilichomshangaza Kandili zaidi ni kule kugundua kuwa yule mtoto fukara, aliyeyavuta macho yake pale barabarani, alikuwa ndiye mtoto haramu wa Dora. Haikuwepo haja ya kuuliza. Tazama walivyofanana!

Aliwaacha katika hali hiyo na kwenda zake.

"Mama, unajua simpendi Kandili?" Chema alitamka ghafla mara baada ya Kandili kuondoka mbele yao.

Maneno yake yalimshtua Dora hata akasita kulia na kumtupia Chema jicho la mshangao. Hakujua mtoto huyu kalijuaje jina la Kandili. Hakuwa na habari pia kuwa Chema alikuwa kamsikia mara nyingi akilia usiku au kuropoka ndotoni: "Kandili wangu ... Kandili nirudie mpenzi." Wakati huo Chema alijiuliza kwa mshangao ni nani huyu Kandili anayemtesa mama yake kiasi hicho! Aliishi na mshangao wake hadi leo alipokuwa akicheza na wenzake, mara akaiona gari nzuri ikisimama kando yao. "Ya Kandili..." alisema mmoja miongoni mwa rafiki zake. Habari hiyo ikamshtua sana Chema. Hivyo mara tu alipopata mwanya aliwatoroka wenzie na kuja nyumbani mbio ili aieleze habari hiyo aliyoidhania njema kwa mama yake. Kwamba amemwona Kandili! Alipowasili alichungulia chumbani na kumwona mama huyo kakumbatiana na Kandili yule yule. Ikiwa mara yake ya kwanza Chema kumwona mama yake kamkumbatia mwanamume kitandani, alijikuta akivutiwa na kitendo hicho. Akaendelea kuwachungulia kwa shauku kubwa. Kisha ikamshangaza kumsikia mama huyo akiangua kilio chenye dalili zote za huzuni. Naye uchungu ukamshika. Ndipo akatoka huku nje na kuanza kulia peke yake hadi walipoungana na mama yake wakilia na kuomboleza pamoja.

"Mwanangu, acha kulia," Dora alimsihi tena akijitahidi kujizuia.

"Nawe acha mama," alimjibu Chema.

Hakuna aliyeacha. Wote waliendelea kulia hadi alipotokea jirani aliyewarejesha chumbani kwao huku akijitahidi kuwanyamazisha. Mshangao ulikuwa wazi machoni mwake.

* * *

Rohoni na moyoni, Dora alijiona mwenye kila haki ya kulia kwa huzuni baada ya kumsikia Kandili akimtamkia yale ambayo aliyatamka: mambo ambayo hakutegemea kuyasikia walao ndotoni.

Kama maisha yake yalikuwa yameharibika, si mwingine aliyeyaharibu zaidi ya Kandili. Kama sifa zake zilikuwa zimechakaa, kisa cha uchafu huo hakikuwepo zaidi ya Kandili. Naam, Kandili ambaye punde tu alipomwona alihisi furaha na faraja kubwa kuliko zote alizopata kuonja maishani mwake. Wala hakujua kama furaha hiyo ingeweza kumwishia huko mbeleni endapo Kandili asingeutumia ulimi wake kutamka yale ambayo masikio ya Dora hayakuwa na uwezo wa kuyabeba. Maneno yachomayo moyo zaidi ya moto. Maneno yawezayo kuua. Kandili kuyatamka! Lilimshangaza Dora zaidi ya lilivyomsikitisha.

Ni miaka kadhaa iliyopita alipoingia hapa Majengo akiwa mikono mitupu. Kama alikuwa na mali au amali yoyote haikuwa zaidi ya mimba yake changa iliyofichika tumboni, ikiwa siri machoni mwa watu wengine. Akiwa msichana, mzuri wa sura na umbile, mwenye macho yanayovutia; kila mwanamume mroho alijikuta akisherehekea kufika kwake na kuanza kusubiri siku ya kumpata. Hapana, kila mwanamume alidhani Dora anamtaka mara baada ya kutazamana naye na kupotoshwa na macho yake ambayo alidhani yanasema 'ndiyo'. Hivyo, ulikuwa mshangao mkubwa kwao kuona miezi inapita bila ya yeyote kati yao kupata lolote zaidi ya tabasamu lililoandamana na 'kunradhi' kutoka kwa Dora. Na ukawa mshangao mkubwa zaidi ilipoonekana mtu yule yule 'mtakatifu kama malaika' akiwa na mimba. Yakoje mambo haya! Nani mwenye mimba hii! Walijiuliza bila mafanikio. Walipomuuliza yeye hakuwapa jibu.

Wako wasichana wengi ambao hupata mimba wakashindwa kumfahamu mwanaume halisi aliyewapa mimba hiyo. Hayo hutokana na wingi wa mabwana wa wasichana hao pamoja na tabia yao ya kufanya mapenzi hapa na pale kiasi cha kusahau lini mimba iliingia. Dora hakuwa mmoja wa wasichana hao. Wala hakuogopa kumtaja aliyemtia mimba eti kwa sababu alikuwa mtu wa hali ya chini kama alivyodai Kandili. La! Alimfahamu mwenye mimba na alimficha kwa kumpenda si kwa kumdharau. Alijua kumtaja kungemwangamiza mpenzi wake huyo na kuua matumaini yake yote ya baadaye, jambo ambalo Dora alikuwa radhi kufa kuliko kuacha litokee.

Kwani hakuwa mwingine zaidi ya Kandili mwenyewe.

Dora asingeweza kueleza kikamilifu vipi mapenzi yake kwa Kandili yalivyokuwa yameanza. Pengine ni siku ile ambayo alikuwa akitembea vijijini na mama yake, mara wakaona watoto wawili wakitokea uchochoroni na kuwapita mbio. Wakayaona matako ya mmoja yakiwa wazi kwani kaptula yake ilikuwa imetatuka sehemu zote za nyuma. Dora alimcheka mtoto huyo huku akimwonyesha mama yake. "Tazama utadhani ana kichaa."

Lakini mama yake alifoka kwa ghafla akisema, "Kamwe tena usimcheke mtu. Ni matatizo tu yaliyomfanya awe katika hali kama ile."

Mbele ya safari walikutana na watoto hao tena. Safari hii walitazamana kwa muda, kwani watoto hao walisimama kando ya njia wakiwasubiri wapite ili waendelee na mchezo wao. "Huoni alivyo kijana mzuri?" Mama yake alimweleza Dora baada ya kuwapita. "Sura yake inavutia sana. Kama tu angekuwa na hali nzuri!"

Dora aliafikiana na mama yake. Na alizidi kuafikiana naye siku zilizofuata kila alipomwona Kandili. Siku zote aliitizama sura hiyo kwa makini, ikamvutia na kuzidi kumvutia. Kama tu angekuwa na hali nzuri! Aliwaza kila alipomwona, akiyakumbuka maneno ya mama yake. Maneno ambayo baadaye yaligeuka ya kawa kama sala ya kila siku katika roho yake. Sala ambayo aliiomba kwa bidii kuliko alivyojiombea mwenyewe: Mungu, msaidie yule kijana ...

Wakati huo si Kandili wala mama Dora aliyejua kilio cha Dora. Ilikuwa siri yake binafsi, ikiwa imehifadhika katika fungameza la roho yake. Wala alikuwa hajapata kuzungumza na Kandili walao siku moja. Alichoambulia ni kumwona mitaani kwa nadra tu. Alitamani itokee siku, amshike mkono Kandili, na kumtaka radhi kwa kumcheka siku ile. 'Sio kosa lako,' amnong'oneze, 'ni maisha tu. Iko siku utayasahau yote hayo.' Angependa sana kuyasema hayo masikioni mwa Kandili. Maadamu nafasi haikutokea yakaendelea kubaki akilini mwake yakikua na kuneemeka.

Halafu mwujiza ukatokea. Dora alijikuta na Kandili katika darasa moja katika kidato cha kwanza cha shule ya sekondari. Ndipo ikatokea ile fursa ambayo Dora alikuwa akiisubiri kwa njaa na kiu. Fursa ya kuzungumza na Kandili. Walizungumza. Maongezi ya Kandili yalimfurahisha Dora zaidi ya ladha ya chakula. Alitamani aendelee kumsikia mara kwa mara kama si daima. Ikamshangaza alipoona kuwa licha ya haya na ukimya wa kawaida, Kandili hakupenda sana maongezi kwa kutokuwa na furaha. Daima alionekana mnyonge mwenye mawazo ya kuonewa au kupunjwa. Alikuwa kama aliyemo katika msiba mrefu usio na mfariji.

Ndipo Dora akajitokeza kuwa mfariji wake. Alidhamiria hivyo kwa kujilisha viapo kimoyomoyo. Akajifanya pete na kumgeuza Kandili chanda, akimsaidia kwa hili na lile. Msaada wake mkuu ulikuwa maongezi matamu ambayo Kandili aliyahitaji sana kuiburudisha akili yake iliyokuwa taabani ikiathiriwa na wingi wa matatizo yaliyomzunguka. Haikumchukua Dora muda mrefu kutanabahi kuwa msaada wake ulikuwa hafifu mno kupoteza au kuiteketeza ile nguzo ya huzuni iliyojengeka katika fikra za Kandili. Ulihitajika msaada mwingine, mzito na kamili, wa hali na mali. Msaada ambao yeye Dora hakuwa nao wala uwezo wa kuupata. Msaada ambao hakuufahamu barabara.

Hivyo, akajikuta kafanana na Kandili kiasi fulani. Akawa si Dora yule mcheshi na mchangamfu bali Dora mtulivu, aliyependa kuwaza kila mara. Wazo lake halikuwa jingine zaidi ya vipi ingewezekana kupatikana dawa ya kuangamiza ufukara wa mtu kama Kandili. La, Kandili na familia yake. Mwishowe akawa hamfikirii Kandili au ukoo wake tu, bali alimfikiria kila mtu aliyekuwa na hali kama hiyo. Furaha ilioje kama mtu huyo atajikuta siku moja kawa huru kutoka kwa umasikini wake? Faraja iliyoje kwa taifa litakalofanikiwa kufanya jambo hilo? Na alijiuliza mara kwa mara: ni ipi dawa ya kufikia lengo hilo?

Dawa ilikuwa ikichorwa mara kwa mara magazetini, na kuimbwa usiku na mchana redioni. Ilikuwa ikitamkwa kila mahali kutoka katika vinywa vya viongozi na wananchi wote: Usawa, Umoja, Kujitegemea na kadhalika. Dora akiwa msomaji mzuri aliyasikia mara kwa mara na kuyaona katika vitabu vya waandishi wa ndani na nje ya nchi. Ulikuwa wito ambao kila mtu alitakiwa kuuitikia. Mengi yalifanywa kuutekeleza wito huo. Maazimio mengi yalichukuliwa na kutangazwa kote nchini. Yote hayo Dora aliyaona na kuyasikia. Lakini maadamu hakuona yakileta badiliko lolote kwa Kandili wake; au mtu mwingine ambaye Dora alimfahamu, akaona kuwa hayatoshi. Ilistahili kufanyika jambo. Jambo halisi na la haraka ambalo lingemshirikisha Kandili na akina Kandili wote. Tatizo lilikuwa ni jambo lipi hilo? Kwa kuwa hakufahamu ni lipi aliendelea kumfariji Kandili kwa msaada wake ule ule mdogo wa maneno na kumwibia vichelema vya sabuni, huku akiongeza juhudi katika kusali sala yake.

Tumaini kubwa la Dora katika maisha ya Kandili lilikuwa elimu. Maendeleo yake darasani yalikuwa ya kuridhisha na yalimtia imani kuwa baada ya elimu hiyo, ambayo isingekuwa cbini ya Chuo Kikuu, Kandili angepata mshahara mzuri ambao ungekuwa ufumbuzi wa matatizo yake. Wazo hilo lilimjia Dora usiku na mchana. Mara kwa mara aliota ndoto ambamo alimwona Kandili, kapendeza kwa mavazi mazuri, akiingia ndani kutoka kazini, naye Dora akimpokea kama mume wake. Ndoto hiyo ilimjaza furaha kubwa isiyo kifani, ikimfanya asahau ufukara wa Kandili, na kufuatana naye kokote bila ya kujali mshangao wa watu ambao baadhi walidai kuwa 'anajitia aibu'. Ilitokea siku ambayo hata mama yake alimuweka kikao na kumwuuliza: "Niambie Dora. Ni kweli wasemavyo wadogo zako kuwa yule mtoto wa marehemu Maulana, mchafu kama alivyo, ni mpenzi wako?" Maneno hayo yaliishia kumfanya Dora aangue kilio. Mama yake alimnyamazisha kwa upole aliposema, "Pengine anakufaa. Lakini ... sijui ... laiti asingekuwa kama alivyo." Hakukumbuka kuwa aliwahi kutamka huko nyuma usemi kama huo. Wala hakujua kuwa usemi huo ulikuwa sala ya binti yake.

Halafu ikaja ile siku. Siku ambayo isingepotea katika kumbukumbu ya siku za maisha ya Dora. Siku iliyomtoa katika orodha ya wasichana na kumfanya mama kwa dakika tu. Hiyo ilikuwa siku ile ambayo mwalimu wa zamu kwa sababu anayoijua yeye mwenyewe aliamua kumwadhiri Kandili hadharani. Kitendo chake kilimwingia Dora rohoni kama mshale wa moto hasa baada ya kuyaona macho ya Kandili yakimtazama kwa namna inayosema: "Siwezi kuendelea kuishi." Akamfuata na kumkumbatia mara tu walipotawanyika. Huku wote wakilia kimoyomoyo, waliandamana hadi chumbani kwa Kandili ambako walijifungia. Ubishi ulikuwa mkali. Kandili akidai kuwa lazima ajiue, Dora akimsihi tena na tena asifanye hivyo.

Ndipo ikamrudia Dora ile njaa yake kubwa ya kumsaidia Kandili. Siku hiyo alitaka kumsaidia kwa chochote ambacho kingemfariji. Chochote, hata roho na mwili wake. Kutokifahamu kitu hicho kilimfanya aendelee kumkumbatia Kandili hapo kitandani. Bila kufahamu kinachotokea, Dora alijikuta uchi ghafla huku uume wa Kandili ukifanya jambo la ajabu mwilini mwake. Jambo geni kwake ingawa mara nyingine aliliona katika picha za kihuni na kulisoma katika magazeti machafu. Ikamshangaza linavyofariji na kusahaulisha mateso yote ya mwili na roho. Walipoachana aliondoka akiwa na hakika kuwa wazo la kujiua lilikuwa limepotea kabisa akilini mwa Kandili.

Siku zilizofuata zilikuwa za faraja kwao. Uso wa Kandili ulionyesha mabadiliko; msiba ukiwa umeachwa na matumaini kuchukua nafasi. Dora hakuwahi kufurahishwa na jambo lolote zaidi ya hilo. Hata hivyo furaha yake haikudumu kwa muda mrefu na ilitokomea mara tu dalili za ujauzito zilipojitokeza na kuthibitika. Hofu mpya ikamwingia. Si hofu ya kuzaa au kuhurumia maisha yake baada ya kuharibikiwa masomo. La, alimhofia Kandili. Alimfahamu kijana huyu kuwa hana tumaini jingine zaidi ya elimu. Tumaini ambalo pia lingezama iwapo ingefahamika kuwa ndiye aliyekuwa mhusika.

Hata kama usingepatikana ushahidi wa kutosha, baba yake Dora alikuwa mwalimu katika shule hiyo na, angehakikisha Kandili anajutia kitendo hicho kwa bei ya kutisha. Yeye Dora ambaye nia yake kubwa ni kuona Kandili huyo huyo akifanikiwa kimaisha, angejisikiaje kushuhudia maangamizi kama hayo? Hakuwa tayari. Ndipo akaamua kumficha katakata mhusika. Akastahimili matusi yote, mapigo yote na vitisho vyote kwa ajili hiyo. Alipoona asingeweza kustahimili zaidi ndipo alipotoroka.

Ilikuwa vigumu sana kutoroka bila ya kumuaga Kandili. Ilikuwa vigumu zaidi kumficha kuwa yeye ndiye baba wa mimba hiyo hasa siku ile ambayo Kandili alimjia na kumlaumu eti kwa kukosa uaminifu kwake. Alitamani amweleza ukweli. Lakini hakuthubutu kufanya hivyo. Akichelea kwamba, japo Kandili asingekuwa mwehu kiasi cha kuitoa nje siri hiyo ya hatari, ukweli ungemtia mashakani jambo ambalo huenda lingeharibu maendeleo yake kimasomo.

Hivyo Dora akatorokea huku Majengo, Arusha sehemu ambayo aliamini hana ndugu wala mtu amjuaye. Nia yake haikuwa kupanga chumba kisha atangaze biashara haramu ya kuunadi mwili wake kama wafanyavyo siku hizi wasichana wengi. Hasha! Yeye alikusudia kuishi kwa heshima zake apate kazi yake na kuifanya. Ikamshangaza kuona elimu yake ya kidato cha tatu haionekani kuwa ni kitu. Waajiri wengi walichomdai si zaidi ya rushwa na mapenzi, mambo ambayo hakuwa tayari kuyafanya. Akaishia kupata kazi ya hali ya chini mno, ambayo aliikubali ili asife njaa. Kazi ya kibarua cha kuchambua maharage ya shirika moja la mbegu.

Matatizo hayakumwacha, matatizo ya kiuchumi yakiongoza. Senti chache alizopata hazikutosha kwa kodi ya chumba, kuilisha mimba yake na mavazi. Polepole akaanza kuelekea katika dimbwi la ufukara. Dimbwi lenye kina kirefu ambalo asingeweza kujitoa. Mara kwa mara alipambana na kishawishi cha kujiuza kimwili ili apate angalau nyongeza juu ya maslahi yake. Lakini roho haikumruhusu. Hakuona kama inaelekea, binadamu auze kila kitu hadi mwili na utu wake. Hata hivyo, hakushangaa kuwaona wasichana wanaojiuza, wala kuduwaa kwa kusikia kisa cha wanaume wanaojigeuza wanawake. Shida si mchezo wala nyepesi kama lilivyo neno lenyewe. Alikwisha ionja shida akauona uchungu wake.

Tatizo la kuwaepuka vijana wa kiume waliokuwa wakimzengea lilikuwa kubwa zaidi. Ni wengi waliomfuata. Wakimbembeleza kwa lugha isiyopingika na fedha isiyodharaulika. Yuko mmoja ambaye aliwahi kumfuata hadi nyumbani. Hadi kitandani. Akimzubaisha kwa maneno yake matamu na macho yanayoshawishi. Mara alipomkumbatia na kumgusa, mwili wa Dora ulisinyaa akajisikia kama aliyekumbatiwa na mkoma asiye na vidole. Mguso aliouzoea ulikuwa ule wa Kandili tu. Ni huo aliouhitaji. Hivyo, kama wengine wote, kijana huyo pia alilazimika kuondoka kama alivyoingia.

Hatimaye waroho hao wakamchoka na kumwacha kama alivyo. Baadhi walithubutu kumwita 'mwendawazimu mlokole', na majina mengine mengi ambayo hayakudumu. Yalikufa ghafla baada ya Dora kuonekana msichana wa kawaida asiye na kasoro.

Alipojifungua matatizo yalimwongezekea. Matumizi yake yalizidi hali thamani ya pesa iliendelea kudidimia. Wakati huo huo likazuka tatizo jingine. Vitu vikaanza kuadimika madukani na kupatikana makampuni kwa bei ya kutatanisha. Vitu muhimu ambavyo maisha yanavitegemea. Kwa mara ya kwanza Dora akawaza kurudi nyumbani akaombe radhi kwa wazazi wake na kuanza maisha mapya akiwategemea. Alifahamu wangempokea kwa furaha lakini hakufanya hivyo kwa ajili ya mtu yule yule Kandili.

Aliogopa kuonana naye kwa hofu ya kutojua lipi lingetokea. Pengine amkute ameoa tayari? Pengine awe hamtaki tena? Akaendelea kupambana na maisha ingawa aliona sasa yanamlemea.

Siku zikaja na kwenda. Miezi ikafuatwa na miaka. Wazo la Dora kurudi nyumbani sasa ikawa ndoto ya kale. Akafanye nini na kazi alikwisha acha na kuanza biashara zake ndogondogo? Kibanda chake cha nyanya na vitunguu kilikuwa sehemu nzuri ambayo wanununzi wengi walipitia. Ingawa matatizo hayakumwishia, yalipungua. Ambacho hakikupungua ni kule kumwaza Kandili. Alizidi kumulilia usiku na mchana: angalao amwone tu na kuyafahamu maendeleo yake. Hakuwa na habari zozote kwa muda mrefu. Kuandika barua kwa rafiki zake aulize habari hizo hakuthubutu kwa hofu ya kufichua maficho yake.

Na kisha ikatokea, leo hii. Kama ndoto nzuri akatokea Kandili yule yule, kilio chake cha asili. Naam, Kandili ambaye wamekumbatiana na kufanya mapenzi kama wapenzi wa siku nyingi. Kisha ghafla, kama ndoto nyingine mbaya isiyopendeza, Kandili huyo akainuka na kwenda zake baada ya kashfa ambayo Dora hakufikiria kuwa ingeweza kutokea.

Huyu alikuwa Kandili kweli? Dora alijiuliza akijigalagaza huku na huko kama anayehitaji kupata hakika. Alipothibitisha kuwa haikuwa ndoto alitokwa na machozi mengi zaidi. Machozi ambayo yalinyauka ghafla alipojiuliza swali jingine. Huyu kweli ndiye yule Kandili aliyempenda? Kandili mpole, mnyonge, mwenye lugha ya adabu, uso wa haya, sura nzuri na macho yanayodai kuhurumiwa? Kandili mwenye mwili wa afya, mwembamba, mrefu, aliyenyooka? La, tumbo kubwa huyu. Huyu alikuwa Kandili mwingine. Kandili mwenye tumbo kubwa la kutisha. Kandili mwenye kiburi na ulimi uliojaa kejeli. Hasha, huyu si Kandili aliyempenda au ambaye walipendana utotoni. Siye hata kidogo. Wala hampendi Kandili huyu hata chembe.

Mara akakumbuka kuwa jina la Kandili huyu halikuwa geni masikioni mwake. Alikuwa amelisikia mara kwa mara likilaaniwa na akina mama kwa kosa la kufanya magendo ya Oxton, dawa muhimu kwa watoto. Tangu alipolisikia jina hilo, aliamua kulichukia. Hakuona kuwa huyo ni binadamu anayestahili kuitwa binadamu, mtu ambaye kapewa jukumu la kutunza dawa muhimu kama hiyo kisha anaiuza kwa magendo. Kumbe Kandili huyo huyo ndiye yule mpenzi wake mpole na mwaminifu? Ndiye au siye? Dora hakuiona haja ya kulijibu swali hilo. Kwani awe yeye au mwingine ukweli ulibaki pale pale, kwamba Kandili waliyekumbatiana naye leo ni Kandili yule yule ambaye aliwahi kumpenda. Lakini huyu ni Kandili mpya, yule wa kale alikwisha kufa kitambo.

Dora hakumpenda Kandili huyu. Wala asingeweza kumpenda. Wazo hilo likamfanya ajidharau kwa kupoteza machozi yake bure kwa mtu kama yule. Mtu asiyempenda. Mtu wa ajabu kwa ukubwa wa tumbo na uchafu wa ulimi. Akajicheka na kujifuta machozi kwa shuka. Faraja mpya ikamwingia rohoni. Lile wingu la huzuni likatoweka. Akacheka tena. Usingizi ulipomchukua, alikuwa bado akiendelea kutabasamu.

Sura ya Saba

● (◦ . ● ●

Kandili alipofika nyumbani, alitoka ndani ya gari na kuufunga mlango wa gari. Ufunguo akautupia katika mfuko wa koti. Macho yake yaliitazama kwa muda nyumba yake. Ilikuwa nzuri, iliyolandana na kila nyumba nzuri katikati ya mji huu maarufu, katika mtaa huu mashuhuri wa Uhuru. Uwanja huu aliupata kwa taabu kidogo kwani ulikuwa umetengwa miaka mingi iliyopita kwa ajili ya majengo ya serikali. Bila fedha kidogo, ambazo zilimuridhisha sana mhusika, asingeweza kuruhusiwa kujenga jengo hili hapa. Fundi aliyeijenga nyumba hii aliifahamu kazi yake vyema kwani aliijenga kwa ustadi fulani, ambao kila Kandili alipoitupia nyumba hiyo macho, moyo wake ulizidi kuridhika na kufurahi.

Kila siku isipokuwa leo. Japo alilitazama kama kawaida yake, picha ya jengo haikuingia akilini. Alikuwa akiona picha nyingine kabisa rohoni. Picha ya kusikitisha. Picha ya Dora na yule mwanawe mchafu, walivyokumbatiana wakilia. Picha hii ilikuwa imemkaa akilini tangu alipowaacha na kuja mjini. Ilimsumbua safari nzima, akanusurika kugonga magari mengine.

Hakujua ni kwa nini picha hii ilimsumbua. Alichojua ni kwamba kitu fulani rohoni mwake, chenye nguvu ambayo hakupata kuihisi huko nyuma, kilikuwa kikimshawishi arudi na kujumuika na fukara wale katika kilio chao. Nguvu hiyo ikishindana vikali na nafsi yake ilikuwa ndio chanzo na kisa cha kuchanganyikiwa kwake hata alitazame jengo lake alipendalo bila kuliona.

"Karibu mzee," mtumishi wake alimsalimu. Huyu alikuwa ni mtumishi wa mlangoni, zamu ya mchana, aliyehitimishwa na jeshi la mgambo mafunzo yote ya ulinzi. Japo ni taifa lililogharamia mafunzo yake, manufaa ya ujuzi huo aliyapata Kandili ambaye alilala ndani bila ya hofu, askari huyo na wenzake wakimlinda nje usiku na mchana.

"Shikamoo ...," alisalimu kwa hofu baada ya 'Karibu' yake kutojibiwa.

Bado Kandili hakumwitikia. Alimpita na kuingia ndani ambako alijilaza juu ya kitanda chake maridadi. Hakusikia faraja aliyohitaji. Hivyo akanyosha mkono na kubonyeza chombo ambacho kiliruhusu redio kutoa muziki wa Kizungu ulioimbwa kitaalamu kabisa. Vyombo vilipigwa kwa mpangilio, na sauti za waimbaji zilitoa maneno matamu. Muziki huu ungemstarehesha Kandili.

Kichwani alikuwa akisikia muziki mwingine. Muziki wa ngoma ijezwayo na wafu. Muziki huu uliambatana na sauti ya kilio cha Dora na mwanawe. Kilio ambacho kilizidi kumwingia masikioni na kumtesa rohoni. Kwa nini? alijiuliza. Hakujua afanye nini kuepuka hali hiyo. Nafsi moja ilimshawishi arudi kwa Dora kumtaka radhi na kumwomba waoane. Lakini nafsi hii ilipingwa vikali na nafsi yake halisi. Nafsi ambayo ilimfanya alionee aibu wazo kama hilo. Vipi, Kandili mzima amrudie Dora mchafu kama alivyo? Vipi amwoe!

Chakula kililetwa. Chakula bora kilichopikwa vyema kama inavyostahili. Alionja kidogo, hakuiona ladha yake. Akaamuru iletwe pombe kali ili imwondoe mawazo. Ikaletwa, na aliinywa kwa pupa. Haikumchukua muda akalewa chakari. Akainuka na kuanza kucheza ovyo bila kufuata muziki. Alijisingizia furaha, lakini macho yake yalimsaliti. Yalikuwa makali yanayotisha, yakimtazama mtumishi aliyekuwa akimhudumia kwa ukali hata akaingiwa na hofu kubwa na alipopata mwanya, akainuka na kutoroka kimya akimwacha

Kandili na mchezo wake wa kutatanisha.

Kandili hakujali kubaki peke yake. Aliendelea kujihudumia akinywa na kucheza. Sauti ya redio aliona ndogo. Akaiongeza hadi mwisho na kuwatia mashaka majirani. Hakuacha kunywa, hakukoma kucheza. Baada ya muda, aliloa jasho mwili mzima.

Mlango ukagongwa.

"Ingia. Usiogope," alijibu bila kutazama mlangoni.

Aliyeingia alikuwa Bon Koko. Alimtazama Kandili kwa hofu kidogo. Lakini hofu hiyo iliyeyuka alipoona machupa ya wiski yaliyokuwa wazi mezani.

"Vipi mwenzangu, mbona umekuwa mchoyo kiasi hicho? Unalewa peke yako chumbani wakati tuliahidiana tukutane *By Night* leo? Tazama saa. Tatu kasorobo. Nimekungoja tangu saa mbili," alisema Bon akijiweka juu ya kochi bila kukaribishwa. Alipoona Kandili akimtazama kama asiyemsikia aliongeza, "Kweli nimekungoja sana."

Kandili hakumjibu.

"Nanii alikuwepo pia," Bon aliongeza kwa wasiwasi kidogo. "Maua. Kama sikosei alikuwa akikusubiri wewe. Nimemwacha pale pale akikusu ..."

"Nani Maua?" Kandili alifoka ghafla. "Yule Malaya? Mwambie amsubiri baba yake sio mimi. Haya kamwambie haraka."

Bon akacheka. Kicheko chake kikamkumbusha Kandili jinsi alivyo na sura mbaya. "Sikia wee binadamu mwenye sura ya nyani," alifoka ghafla. "Nyumba hii si yako, kacheke kicheko chako hicho cha kuchukiza kwa wale malaya wenzako akina Maua. Mimi nimekwisha mwona wangu wa zamani. Mtoto mtakatifu. Si kitu, ingawa ana mtoto haramu. Nitamwoa. Wewe na akina Maua endeleeni. Umenipata? Haya ambaa; potea; futika; changanya, utoweke mbele yangu. Haraka tena."

Bon akaendelea kuduwaa. Hasira zilikuwa zimempanda hasa baada ya kuitwa 'Sura ya nyani'. Alijua siku zote sura yake si nzuri sana lakini hajatokea mtu yeyote katika utu uzima wake kumwita hivyo. Utotoni, wenzake waliothubutu kumwita 'sura mbaya,' aliwashambulia na kuwalainisha vichwa vyao hivyo vigumu. Vipi huyu Kandili ambaye ni yeye Bon aliyemzoa kutoka jaani na kumleta hadharani athubutu kumwita hivyo? Alitamani ainuke na kumwadhibu. Lakini alipomtazama alikuta Kandili amemsahau sasa anacheza tena, glasi mkononi. Hasira zikamtoka Bon. Akataka kucheka tena. Lakini kwa hofu ya tusi lingine, hakufanya hivyo, badala yake aliita kwa upole.

"Kandili, naona umelewa sana. Pombe zitakapokutoka, usome simu hii hapa. Nadhani inatoka kwa mzee Kalulu ingawa hakutaja jina. Haya mimi naondoka." Akatoka na kuufunga mlango nyuma yake.

Kabla hajafika mbali Kandili alivamia karatasi hiyo na kuisoma kwa sauti.

Bon Koko/Kandili Maulana

Jihadharini. Liko jambo linaloelekea kutukia hapa. Sijui ni jambo lipi lakini nadhani ni la hatari kwa watu kama nyinyi. Linafanywa kwa siri sana. Jaribuni kujihadhari.

Ndugu Yenu"

"Nani aliyeandika upuuzi huu?" Kandili alifoka baada ya kucheka sana. "Kalulu? Na ajihadhari yeye mwenyewe. Yeye ambaye amejipeleka mwenyewe katika kundi la mbwa mwitu akiwa kondoo mnono. Nadhani wanakusudia kutaifisha mali yake. Wamegundua. Ajihadhari. Mimi Kandili sina hofu. Hakuna mdudu wala mnyama atakayenigusa. Na aje, aone. Nitamuua kwa teke moja tu. Aje," alisema akiketi sakafuni na kujilaza kwa utulivu.

Usingizi ukamchukua.

Alipozinduka ilikuwa kesho yake saa mbili. Kalala mlango wazi, sakafuni, bila kuvua mavazi ambayo yaliloa kwa mchanganyiko wa mkojo na matapishi. Hakujua kama watumishi wake walikuwa wamemkuta katika hali hiyo na vipi walimfikiria. Haraka, kwa aibu kubwa, alikimbilia chumbani kwake ambako alivua mavazi hayo haraka haraka na kujifunga taulo. Kisha akakimbilia bafuni alikotumia muda mrefu kujirekebisha.

Alipotoka bafuni, aliiona tena ile simu iliyomtaka ajihadhari kutoka kwa mtu mkubwa asiyejulikana.

* * *

Kandili alimtaka radhi rafikiye Bon kwa kitendo chake cha usiku ule. Pia, alijaribu kujituliza kwa kujikumbusha kwamba Dora sio mwanamke wa kumkosesha utulivu. Hata hivyo, hakufanikiwa kuzirejesha fikira zake katika hali ya utulivu kama zilivyokuwa kabla ya kumtia machoni mwanadada huyu. Kandili alikuwa ameathirika kwa kiasi fulani: alionekana ana wasiwasi na mwenye kutapatapa. Pombe aliendelea kuinywa kama kawaida lakini hakuifurahia. Wasichana waliendelea kumlilia usiku na mchana, lakini hakuona thamani yao.

Msichana au mwanamke aliyeteseka zaidi ya wote kwa hali ya Kandili alikuwa Maua. Kila siku iliyopita Maua alizidi kukabwa na kile kitu ambacho huko mbeleni hakukisikia kabisa; penzi. Penzi zito kwa Kandili. Penzi lililoanza usiku ule uliowakutanisha naye juu ya kitanda cha Bon bila kutegemea. Tangu hapo, alimlilia Kandili rohoni na moyoni ili aweze kulihisi pendo hili na kulijibu. Maneno aliyokuwa akimweleza hayakuonekana chochote kwa Kandili. Afanye nini? alijiuliza daima kwa huzuni. Akilini alijiambia kuwa kumbe ni kweli liko jambo hilo liitwalo mapenzi. Si kama awali ambapo aliamini kuwa mapenzi ni ulaghai tu unaotumiwa pindi msichana au mvulana anapojisikia kuuburudisha mwili wake kimahaba.

Hali mpya ya Kandili ilimtia mashaka zaidi. Kandili hakumtaka tu, bali alishindwa hata kupambanua baina ya mwanamume na mwanamke. Uko usiku ambao Maua alijilazimisha kwa Kandili hata akamfuata nyumbani. Kandili hakufanya matata. Alivua na kujitupa kitandani. Maua akavua pia na kumfuata kitandani. Wakalala. Usiku kucha Kandili hakujishughulisha walao kumkumbatia. Kulipopambazuka, Maua aliondoka katika hali ya hasira, moyoni akijilaumu kwa kumpenda Kandili na kuapa kuwa asingemhitaji tena. Lakini viapo vyake hivyo vilipoteza uzito jioni hiyo hiyo baada ya kumwona Kandili. Sura yake ilimvutia kama ilivyokuwa ikivutia siku zote. Ndipo akaamini kuwa hakuwa na uwezo juu ya pendo hili la Kandili. Alikuwa mtumwa wake, tayari kwa lolote ambalo Kandili angemtaka afanye, hata kama ni kufuatana naye mwisho wa dunia au kaburini. Mradi awe naye.

"Kweli huumwi K?" Bon alimuuliza. Jioni hii alikuwa amemfuata Kandili nyumbani na kumvuta hadi hapa *New Arusha Hotel*. Chupa za bia zilikuwa tayari zimefunguliwa mbele yao zikiwasubiri wazimimine matumboni. "Huumwi? Waswahili wana methali isemayo mficha mwiba mguuni mwisho guu huota tende. Angalia isikutokee ndugu yangu."

Kandili akajilazimisha kucheka.

"Usicheke. Huna tofauti na mgonjwa. Tatizo ni kwamba sijui ugonjwa wako, ama ningekuletea mganga bila kujali maoni yako. Tazama umeanza hata kupungua kwa kutokula vizuri. Sema bwana, kinachokupa taabu."

Sauti ya Bon leo ilikuwa na huruma kuliko Kandili alivyozowea kuisikia. Ikamfanya Kandili amhurumie badala ya kujihurumia mwenyewe. Laiti ingekuwa habari inayoelezeka, angemsimulia kumtoa wasiwasi. Kwa bahati mbaya haielezeki kabisa. Angewezaje kueleza kuwa hajui kitu kinachomsumbua rohoni tangu alipomtia machoni mpenzi wake wa zamani ambaye sasa ananuka kwa ufukara? Angemweleza ni kitu gani kinachomtesa? Mapenzi? Yeye kumpenda Dora! Wazimu! Kwa kweli hakuona vipi angeweza kueleza akaeleweka.

"Hali yangu isikusumbue bwana Bon," alijibu baadaye. "Sina maradhi yoyote ya mwili wala akili. Kama nilivyokuambia kitambo, unyonge huu umetokana na aibu ya vitendo vyangu vya siku ile niliyolewa hata nikajisahau. Aibu niliyoipata si jambo la kusahauliwa mara moja. Hasa mbele yako. Ingawa nilikutaka radhi na ukanisamehe bado sijajisamehe mwenyewe. Kwa hiyo ..."

"Kwa hiyo dawa ya kusahau aibu ya ulevi ni kulewa," Bon alidakia akimsongezea glasi ya pombe. "Kunywa, ulewe tena. Baada ya ulevi huu utajikuta umeishiwa na aibu yako hiyo ya kushangaza."

Wakanywa wakizungumza juu ya mambo mbalimbali. Haukupita muda wasichana wawili walioumbika vyema wakajiunga nao kudowea pombe na nyama za kuchoma kwa gharama ya kushikwashikwa hapa na pale huku wakizungumza kwa furaha kama wanaofurahia kila tendo watendewalo. Kama kawaida Kandili alionekana mwadimifu wa maongezi kama alivyokuwa mzembe wa kumshikashika msichana wake. Alichofanya ni kutuliza guu lake la kulia juu ya paja la msichana huyo huku akiacha binti huyo aendelee kumhudumia kwa mikono yake laini iliyofuzu.

"Kidogo nisahau bwana Kandili," Bon alitamka ghafla. Nina habari ya kusisimua sana. Serikali imeleta kichekesho kingine."

"Kichekesho! Ebu nipashe basi."

"Kichekesho rafiki yangu," alitamka akiwa na dalili za kebehi.

"Hukusikia redio yako ikitamka jambo lolote la kipuuzi leo? Naona husikilizi taarifa ya habari," akameza pombe yote iliyokuwa katika glasi na kisha kumweleza. "Eti wameamua kuanzisha vita dhidi ya walanguzi na wahujumu."

"Watu gani?"

"Serikali. Wameyatangaza hayo leo hii. Nasikia hata wameanza kuwashika watu ambao wanafanya biashara zao ndogondogo na kuwafunga bila hata ya kuwapeleka mahakamani. Wanadai kuwa watasafisha nchi nzima na kuacha wale waaminifu tu."

"Nani mwaminifu siku hizi," alijibu msichana mmoja. "Labda huyo ambaye hajapata mwanya wa kudokoa tu. Mashekhe na Mapadri siku hizi wanafanya magendo, nani ataacha. Unadhani huu mshahara wa shilingi mia sita mtu mwenye mke na watoto aweza kuishi bila mbinu? Mshahara mia sita, kiatu dukani mia nane, na watu wanavaa. Bila mbinu wangewezaje? Naona wanataka kusumbua watu bure."

Msichana wa pili akaunga mkono. "Kabisa kabisa. Sasa hivi watu wanasukuma majumba ya msimamo, wengine wanajenga viwanda, kwa ajili ya biashara. Mara waanze kuwapiga vita, si kutafuta njia za kuvuruga maendeleo bila sababu?"

"Si ndiyo nasema ni kichekesho?" Bon alitamka. "Kwanza mambo yao yote huwa ni usumbufu usio na msingi. Wanasema watawakamata wote. Utakuta wanaokamata ni wale wale ambao benki za nje zimejaa fedha zao. Na watakaokamatwa si wengine zaidi ya vijana wanaojihatarisha kuvuka mipaka kwenda nchi za nje kutafuta sabuni na dawa ambazo hapa kwetu hazipatikani. Sijui Watanzania wamekuwa wafungwa wasiruhusiwe walao kufua nguo?" Akameza pombe zaidi. "Ajabu ni kwamba," aliendelea, "wanasema eti wanafanya hivyo kumwinua mwananchi. Watamwinuaje wakati ndio kwanza wanamwongezea mzigo wa matatizo? Naona nchi imewashinda. Wanastahili wawapishe wengine wajaribu."

"Kweli wameshindwa," msichana wa Kandili aliunga. "Kinachonishangaza ni kule kutofahamu wanachohitaji. Sasa hivi watu wanastarehe kwa furaha, wao wanataka kuua starehe hii. Wanataka tufanye nini? Tuimbe kwaya makanisani?"

Msichana mwenzake akacheka. "Baada ya hapo utasikia wote tunalazimishwa kwenda vijiji. Tukafanye nini sijui. Waliotoka vijijini ndio sio wenyewe. Tumeishi miaka kwa miaka bila kuona lolote. Tukaja mjini ambako tunastarehe vizuri na kuishi tunavyotaka. Uchokozi ulioje kutuambia turudi huko. Kama si utumwa ni nini basi? Kama kijijini kungekuwa kuzuri tusingetoroka. Hata wakazi wa mjini wangekimbilia huko kama wanakijiji wanavyokimbilia mjini. Wala haiko haja ya kutusukuma kwenda. Wanachostahili kufanya ni kurekebisha maisha ya vijijini, ili wazururaji tuvutiwe na kujipeleka wenyewe. Vinginevyo ni upuuzi ..."

"Na uharibifu wa pesa," Bon alidakia. "Mamilioni ya pesa yatasemekana yametumiwa kuwasafirisha watu ambao watakaa wiki na kurudi hapa. Mambo yao siku zote ni kichekesho tu. Mipango ya maana ya kumsaidia mtu wanashindwa na kufaulu ile ya kumsumbua tu."

Kandili akakohoa na kisha kujibu kwa sauti hafifu, "Labda tusiwalaumu bure. Pengine ni sisi tunaowafanya washindwe kwani naamini mara nyingi nia zao huwa njema matokeo ndiyo yanakuwa mabaya."

"Sisi, tunawaharibia ... Nia yao ni njema! Vipi bwana K," Bon alifoka kwa mshangao. "Muda wote huu umekaa kimya nikadhani ungeibuka na neno la maana kumbe upuuzi kama huo. Niwie radhi rafiki yangu, sina budi kukuambia kuwa kuna wakati huwa nikizitilia mashaka akili zako. Au hapa ulipo hapakufai?"

"Ingekupendeza zaidi uwe kijijini, umechakaa kwa ufukara. Uanze kuimba kuusifu huo ujamaa wako?

Ungependa?" Akacheka kidogo na kuongeza, "Kwa taarifa yako, iwapo hukunielewa vyema nilichokuambia ni kwamba vita dhidi yetu wenye hali imetangazwa," akacheka tena. "Na safari hii hawaishii katika kutaifisha tu bali wanakusudia kutufunga gerezani bila kupitia mahakamani. Waionaje habari hiyo Kandili? Njema?"

Kandili hakumjibu. Kimya kifupi kikafuata, wakinywa kwa utulivu. Kimya hicho kilivunjwa na msichana wa Bon ambaye aliangua kicheko bila sababu. Akaungwa na mwenzie. Vicheko vyao vilimchukiza Kandili hata akawatupia jicho kali ambalo liliwafanya wanyamaze ghafla.

Jicho hilo, ingawa halikumtisha Bon, lilimuudhi sana. Aliona msichana wake alivyopoteza uhuru aliokuwa nao na kuwa mwenye mashaka. Mshangao wake juu ya akili za Kandili ukazidi. Ana nini mtu huyu? alijiuliza akimshika msichana wake mkono na kuinuka. "K," aliita. "Mimi na shemejio tunaondoka zetu. Tutaonana kesho jioni. Nakutakieni usingizi mwema."

Walipoondoka Kandili aliendelea kuagiza vinywaji. Ingawa aliagiza chupa mbili mbili ilikuwa dhahiri kwa msichana huyo kuwa Kandili hakumweka rohoni wala akilini. Tangu alipoutuliza mguu wake juu ya paja lake alikuwa hajafanya lolote zaidi ya kuagiza pombe. Mikono yake ilikuwa haijashughulika kugusa walao matiti yake ambayo msichana huyo aliamini kuwa ni kivutio kikubwa kwa wanaume: yalikuwa yamesimama kama wapendavyo. Wala macho ya Kandili hayakuonyesha tamaa yoyote hata alipoyatazama mapaja yake mekundu ambayo yaliachwa wazi makusudi. Jambo hili lilimtia mashaka binti wa watu. Atamkosa tajiri huyu ambaye sifa yake si utajiri tu, bali ana sura yake nzuri pia? Hakuwa tayari kufanya uzembe na kuitupa bahati yake njema.

"Vipi mpenzi, naona usiku unakwisha," alisema baada ya kumbusu Kandili shavuni. "Twende zetu nyumbani.

Usiku wa leo ni wako. Nitakupa huduma ya kwanza ambayo nilifundishwa na bibi mzee, mama ambaye sifa zake ni tele Umakonde nzima. Twende zetu," aliuweka mkono wake kiunoni mwa Kandili na kumwongoza nje.

Gari likatiwa moto na kuelekezwa nyumbani kwa Kandili. Huko waliongozana hadi chumbani ambako mavazi yalitupwa juu ya zulia na kitanda kuchukua jukumu la kuwapumzisha. Ingawa msichana alifanya yote ambayo bibi yake alimfunza, akiongeza na yote ambayo aliyapata mitaani, na katika filamu za mahaba, lakini hakufaulu kuuzindua moyo wa Kandili. Alipothubutu kuvuka kiwango alifokewa kwa sauti kali akisema: "Kama hutaniacha nilale nitakutoa nje sasa hivi." Ikamlazimu kulala. Asubuhi alitoka na malipo ya kuridhisha, ingawa hayakumridhisha sana. Alichohitaji hasa ni Kandili mwenyewe. Au ndivyo alivyo? alijiuliza. Haiwezekani. Angekuwa amesikia kitambo. Akaenda zake akipenya katika baridi ya asubuhi hadi kwake ambako alilala kuisubiri jioni ili awaulizie wenzake aliopata kuwaona na Kandili.

* * *

Kwa Dora ilikuwa asubuhi ya kutatanisha. Hakujua kama ilimpasa kulia au kucheka. Ilikuwa imedhihirika kuwa kweli alikuwa mjamzito. Mimha aliyopata kwa muda ule mfupi alipojisahau na kufanya mapenzi na Kandili.

Hakujua vipi maisha yalikuwa yameamua kumchezea baina yake na Kandili. Mimba nyingine ya Kandili! Baada ya ile moja kukataliwa na Kandili. Laiti angekuwa Kandili yule wa kale, sio huyu mwenye umbo la kuchukiza na ulimi uliojaa kejeli. La. Hili ni jambo lisiloyumkinika. Jambo la ajabu ambalo maisha yameamua kumtendea.

Laiti angekuwa yule Kandili wa utotoni, aliwaza tena. Mimba hii angeitunza kwa udi na uvumba na kustahimili shida zote za kawaida na ziada. Kwani alikuwa anampenda Kandili yule. Na mpaka sasa bado anampenda. Na hakumpenda tu bali aliishi pamoja naye rohoni usiku na mchana wakikumbatiana na kusherehekea mapenzi yao katika kila hali ya furaha na kuaminiana. Dalili yoyote ya hofu haikujitokeza baina yao.Hivyo, ilipojitokeza akilini mwa Dora kuwa hiyo ni ndoto isiyo na matumaini ndipo alipoanza tabia yake ya kumlilia atokee tena, Kandili halisi si dude lile lisilo na utu wala shukrani. Na iwapo alikuwa amekufa, aliomba naye afe ili waishi wote huko kuzimu.

Zilitokea nyakati ambazo alijilaumu kwa mawazo hayo, Kandili hakuwa amekufa, alijiambia, yupo hai na mzima ingawa kabadilika umbo na tabia kama wabadilikavyo watu wote au wengi mara wapatapo mali. Wajibu wake yeye Dora ulikuwa kuukubali ukweli huo. Kutoafikiana nao kusingemsaidia lolote.

Wazo hilo hakulipenda. Hivyo alilipinga daima. Alijiambia kuwa Kandili wake alikuwepo na angemrudia. Yule aliyetokea alikuwa Kandili mwingine, ndoto au jinamizi. Aliomba usiku na mchana ndoto hiyo isimrudie tena. Angekuwa radhi kufa kuliko kuacha dude lile lijiitalo Kandili limkumbatie tena kwa mikono yake minene na tumbo kubwa kama mimba inayokataa kuzaliwa.

Ukweli kwamba alikuwa na mimba, ya Kandili huyu wa kuchukiza, ulikuwa ukimfanya akumbuke tena na tena Kuwa haikuwa ndoto kama alivyotaka iwe. Kandili alikwisha badilika; kama mtu aliyekufa, na kufufuka akiwa kiumbe mpya. Kiumbe ambaye amemwadhibu kwa kumtia mimba nyingine baada ya kuikataa ile ya kwanza. Kiumbe gani huyu kama si shetani katika sura ya binadamu? aliwaza.

"Mama, naumwa," ikanong'ona sauti ndogo ya mwanawe ambaye alikuwa kalala upande wa pili wa kitanda.

Dora akakumbuka kuwa usiku kucha mtoto huyu alikesha akidai kuumwa. Akayaondoa macho yake yaliyokuwa yakilitazama tumbo lake lililoanza kujaa na kuyaelekeza kitandani. Yakakutana na macho ya mwanawe yakiwa katika hali ya maumivu makali na yasiyo na uhai. Moyo wa Dora ukadunda kwa wasiwasi mkubwa. "Mwanangu," akaita kwa hofu. "Ni nini kinachokusumbua?"

"Tumbo, mama"

"Tumbo!"

"Tumbo!"

Akamtazama kwa makini. Macho ya Chema yalizidi kumtisha. Yalionyesha kukata tamaa kimaisha. Mara akajiwa na wazo ambalo lilimtia hofu kubwa. Pengine Chema akapatwa na ugonjwa wa palala! Hima akatoka na kumwita jirani yake kizee cha kike ambacho kimehusika mara nyingi katika kuosha maiti za watoto waliofariki kwa palala.

Bibi huyo alifuatana naye hadi chumbani kwake. Akamtupia Chema jicho moja tu na kisha akamgeukia Dora akimtazama kwa jicho ambalo lilieleza habari kamili. "Una bahati mbaya mwanangu. Jitahidi kuwaona watu wenye Okisitoni. Nasikia pale dukani kwa Shirima inapatikana. Watakuuzia kwa kuwa wanakufahamu."

Palala! Dora aliwaza kwa hofu. Ni mara chache mno alipotokea mgonjwa wa palala kupona. Hasa siku hizi ambapo dawa zake zimeadimika kama rupia na ile ndogo ipatikanayo yasemekana imechanganywa na unga wa mhogo hivyo haifanyi kazi. Kumpeleka hospitali ingekuwa bure. Haraka akajitupia mavazi yaliyokuwa karibu na kutoka tena hadi dukani kwa Shirima. Alipitia mlango wa uwani na kuzungumza naye chemba.

"Hatuna. Ilikuwapo lakini tumelazimika kuimwaga yote," akajibiwa na Shirima.

"Kuimwaga! Kwa nini?"

"Hakuna habari? Hujasikia kuwa vita vimeanza kuwakamata wafanya magendo? Kukamatwa na kidogo kama hiyo ningeweza kufungwa milele huku nikifanyishwa kazi ngumu. Nani atakubali kulima maisha?"

Dora hakupoteza muda kumsikiliza zaidi. Akatoka kuwafuata watu wengine ambao walisikika kuwa huwa nayo. Hakuna alikofanikiwa. Kila alikoenda, kama haikuwa imemwagwa, basi ilikuwa imekwisha zamani. Baada ya kutwa nzima ya kwenda huku na huko alijikuta kakata tamaa hajui wapi zaidi aende. Akarudi nyumbani. Hali ya Chema akaikuta mbaya zaidi. Sasa alikuwa akimkodolea Dora macho kama asiyemfahamu.

"Chema!"

Hakuitika wala kuonyesha kusikia.

"Chema, mwanangu!"

Bado hakujibiwa. "Loo, mwanangu anakufa!" Akaropoka. "Hapana, wangu hafi. Lazima apone," alisema akigeuka na kutoka mbio. Mbio zake ziliishia katikati ya jiji. Ni hapo alipokumbuka kuwa hakujua wapi alitaka kuelekea. Mara akakumbuka. Alihitaji kwenda kwa Kandili. Alikwisha dhamiria kumwona amweleze ukweli halisi. Kuwa Chema alikuwa mwanaye. Kisha amtake msaada wa kuyaokoa maisha yake. Kandili, mhusika katika biashara za Oxton, asingeshindwa kupata kiasi ambacho kingetosha kuyaokoa maisha ya Chema. Naam, alikwisha amua kumkabili na kuupata msaada. Alikuwa tayari kufanya lolote mradi Chema apone.

Hakuifahamu nyumba ya Kandili. Lakini aliipata baada ya kuulizauliza. Ilikuwa nyumba nzuri na kubwa kuliko alivyotegemea: "THE KANDILI'S VILLA," maandishi ambayo yaliandikwa juu ya kibao nje ya nyumba hiyo yalizidi kumhakikishia kuwa hajapotea. Akaanza safari ya kuingia ndani.

"Wewe, wapi unakwenda?" Sauti kali ikamfokea. Dora alipogeuka ndipo alipomwona askari wa mgambo aliyesimama mbele ya lango la nyumba hiyo, bunduki mkononi.

"Namtaka Kandili," akamjibu.

"Kandili yupi?"

"Mwenye nyumba hii."

"Una shida gani?"

"Siwezi kukueleza wewe. Nitamweleza yeye mwenyewe." Mgambo huyo akamtazama Dora kwa mshangao. "Wewe ni nani kwake?"

"Mkewe," Dora alijibu bila fahamu. Na dai hili halikuachana sana na ukweli. Kwani, tangu utotoni alikuwa amekwisha mkubali Kandili moyoni mwake kama mume wake wa pekee. Basi, alipoulizwa ghafla alisahau kuwa 'ndoa' hiyo ilikuwa ni ndoto ya usiku na mchana. Na akabainikiwa na ukweli halisi. Ukweli uliomkumbusha pengo lililopo baina yake na huyu Kandili wake. Mlinzi aliangua kicheko cha nguvu. Kicheko ambacho kilimvutia hata mtumishi wa ndani, anayeitwa na kujiita 'msaidizi' wa nyumbani.

"Furaha ya nini hapa?" aliuliza.

"Tumetembelewa na mwendawazimu leo," Mgambo alieleza. "Anadai kuwa ... yu mke wa bwana Kandili." Maelezo hayo yakamwambukiza mtumishi huyo kicheko.

Dora hakuwajali. Akawapita na kuanza kuingia ndani. Akashtukia akivutwa mkono na kupokea kofi zito ambalo lilimfanya apepesuke. Hakulia. Lakini kofi hilo lilimrejeshea akili zake. Kwa muda, alimtazama Mgambo huyo aliyemwadhibu. Kisha akageuka kurudi alikotoka.

Mwendo wake ulikuwa ule ule, nusu akitembea, nusu akikimbia. Jasho likiwa limeuloweha uso na kifua chake. Ajabu ni kwamba hakusikia uchovu. Dakika chache tu baadaye aliwasili Ngarenaro. Ngarenaro ya leo haikuwa ya kawaida hata machoni mwa Dora. Badala ya watu kuwa katika hali ya vuruguvurugu, wakienda huko na huku, walitulia kimya katika vikundi. Kati ya kila kikundi kulikuwa na redio iliyokuwa ikitangaza taarifa ya habari. Ingawa Dora hakusikiliza, hakujizuia kusikia habari hiyo ambayo baadaye ilivuta masikio yake na kumfanya asikilize kwa makini.

"… Vita hivi ni vya muda mrefu," ilisema redio. "Vitahakikisha wahujumu, wafanyamagendo, walanguzi na walarushwa wote wanakamatwa bila kujali mkubwa na mdogo. Serikali inaomba watu wote kushirikiana kuwafichua maadui hawa wa taifa. Kadhalika, imewataka watu wote wenye mali za magendo au zilizopatikana kinyume cha sheria kuzitoa kwa serikali kabla mkono wa serikali ambao ni mrefu kuwafikia. Watakaotoa mali hizo bila kukamatwa, hawatahukumiwa …"

Dora akataka kulia kwa furaha. Hatimaye serikali imekisikia kilio cha muda mrefu cha wanyonge! Hatimaye imeamua kuwasaidia! Furaha ilioje. Bila shaka huu ndio mwisho wa uonevu wa kiuchumi na mwanzo wa haki za kimaendeleo kwa kila mtu. Hii ndio fimbo ambayo itautokomeza umaskini huu ambao tunauleta wenyewe. Umaskini ambao si ule wa asili, aliwaza.

Akiwa na furaha kubwa rohoni alianza tena safari yake ya kurejea nyumbani. Lakini furaha hiyo ilitoweka ghafla mara alipomtia Chema machoni na kuona alivyokuwa akitaabika.

"Chema," akaita. "Chema mwanangu! Chema."
Hakujibiwa.

Sura ya Nane

"Si nilikuambia ni kichekesho tu?" Bon alimuuliza Kandili, akaachia lile tabasamu lake lisilomridhisha Kandili. "Kichekesho *brother* K. Kichekesho cha kipuuzi kabisa."

"Kwa nini?"

"Kwa nini? Hivi siku hizi redio husikilizi?"

"Nasikiliza, lakini …"

"Kama unasikiliza basi jana umeisikia."

"Ndiyo."

Umesikia ile hotuba."

"Ya Kalulu siyo? Nimeisikiliza tangu mwanzo hadi mwishoni."

"Umeisikia?" Bon aliuliza kwa furaha. "Basi sina shaka umekisikia kichekesho chenyewe."

"Sikusikia jambo lolote la kuchekesha," Kandili alimjibu kwa hasira kidogo. "Kwa kweli hotuba yenyewe ilikuwa kali na ya kutisha. Ilieleza msimamo halisi wa serikali dhidi ya wahujumu ..."

"Ndiyo kichekesho chenyewe hicho bwana K," alidakia Bon.

"Kwa vipi?"

"Namna gani ndugu yangu! Hakuna Mtanzania mwingine zaidi ya mimi na wewe anayemwelewa vizuri waziri Kalulu. Tunazo siri zake zote. Tunayafahamu madhambi yake yote. Na tunafahamu kuwa madhambi hayo hakuyazika bali kuyafukia tu. Wala roho yake haijafaulu kuondoa uroho na tamaa aliyonayo ya pesa. Alitapika tamaa hiyo? Miradi yake yote inaendelea mtindo mmoja. Hivyo ni wazi kuwa fikra zake ziko kule kule kwenye ubepari na dhuluma. Ni kichekesho kumsikia mtu kama huyo akifoka redioni ati: 'Tutaukomesha ulanguzi na kuyatokomeza magendo, rushwa na hujuma zote za uchumi.' Nadhani mtu kama huyo anajua analolifanya. Ana akili yake. Aweza kuwa anaichezea serikali na raia wake. Kwa mtu anayemwelewa kama mimi najua hatafanya lolote la maana. Huikumbuki simu aliyotutumia? Lini basi kabadilika? Usihofu, lolote litakalotokea kamwe halitatutingisha."

Kandili akatabasamu. "Na huyo aliyekuambia kuwa nina hofu ni nani?" akauliza. "Nani aogope? Mimi? Lakini Bon, kuhusu watu kama Kalulu, sina budi kukuambia kuwa wako hatarini. Tena hatari yao ni kubwa kuliko yetu. Wanacheza katikati ya moto na maji. Maji yaweza yakamzamisha endapo atatumbukia na moto ukamchoma asipojihadhari," akapumua akimtazama Bon ambaye alikuwa akiwasha sigara.

"Iko hadithi Bon," aliendelea. "Hadithi ya popo. Imesimuliwa sana na wahenga. Kwamba popo alikuwa akiwalaghai ndege na wanyama kwa hila. Alipowaendea wanyama aliwaambia: 'Mimi ni mmoja wenu, hamwoni meno na masikio yangu ni kama yenu?' Na kwa ndege alidai: 'Mimi ni ndugu yenu tazameni naruka angani, mnyama gani awezaye?' Lakini ilitokea siku ambayo ndege na wanyama walizing'amua hila zake. Wote wakamkataa na kuanza kumwinda. Hiyo ndiyo sababu ya popo kujificha mchana kutwa na kutoka usiku tu."

"Hadithi zako zote huwa nzuri sana Kandili," Bon alijibu kwa sauti ya kebehi. "Nikikuruhusu kuendelea ili usianze mahubiri, mambo ambayo yatanifanya nikuchukie. Kwa hiyo tuyaache na kuendelea na starehe zetu."

Kama kawaida yao, maongezi haya yalifanyika katika baa moja maarufu. Chupa za pombe zilikuwa kwenye meza ndogo iliyowatenganisha. Viti viwili vilikuwa vitupu baada ya Bon kuwafukuza wale wasichana wawili ambao jana waliondoka nao. Aliwaambia: "Leo tuna maongezi yetu muhimu. Tukiwahitaji tutawaiteni." Lakini hawakuondoka kabla ya kuwapa shilingi mia tano za kifuta machozi.

Hakuna aliyekunywa kwa kiu. Tangu walipoanza hakuwepo aliyekausha walao chupa moja ya SAFARI. Kila mmoja alionekana mwenye mawazo yake tofauti na mwenziye. Ingawa mara kwa mara walizungumza, maongezi hayakukolea kama ilivyo kawaida.

Mara Bon akainuka kuaga. "Nina mipango na mtu, sikawii. Nadhani tutaonana kesho wakati kama huu," alisema akianza kuondoka.

"Vizuri," Kandili alijibu bila ya kuinua uso wake.

Pindi alipotoka Bon, alimwona msichana wake akiinuka kumfuata. Akamkataza kwa mkono. Nje, kama kawaida alikuta kundi la vijana 'malofa' ambao hufaidi muziki kwa kuusikiliza hapo nje kwa kukosa pesa za kutumia humo ndani. Mmoja wao alimsalimu. Mwingine akaguna na kunong'ona, kwa sauti ambayo ilimfikia Bon.

"Unamsalimu huyo mhujumu? Huoni alivyo na kiburi? Lakini kiburi chake hicho sasa kimefikia ukingoni. Kama si kesho, kesho kutwa atachukuliwa kwenda kulima."

"Hamna lolote," alikanusha mwingine. "Maneno matupu. Watawaweza wapi hawa? Naona serikali yataka kuleta fujo isiyo na maana. Imeshindwa kutupatia vitu muhimu. Hawa wenye fedha zao wanajitahidi kutuletea kutoka nchi za nje. Kuwakamata si kuleta shida tu?"

"Hujui kitu wewe," alijibiwa. "Umelala usingizi wa mchana. Huna habari kuwa ni wao wanaofanya vitu viadimike kwa kuvificha, kisha wanatuuzia kwa bei ya kuruka? Hukusikia redioni yule aliyekamatwa jana na tani nzima ya sukari nyumbani kwake? Mtu kama huyo unamwona wa maana sio?"

"Sasa? Wee vipi mjomba!" Alidakia mwingine. "Akili kichwani. Hata mimi sasa hivi nikipata nafasi ya kuhujumu nitahujumu. Unadhani fedha ya halali itakufikisha wapi? Tazama, leo hii siku ya nne tu tangu tulipopata mshahara. Lakini wote hapa hatuna angalao shilingi tano tano tuchangie walao chupa moja ya bia. Mwenzako pale akitaka kesho atanunua gari ya tatu."

"Hata ndege," aliunga mwingine.

"Hata wewe akitaka atakununua," aliongeza mwingine akicheka. Yule aliyeanzisha ubishi akawajibu: "Nimeona kuwa nchi hii inao watu wapumbavu wengi sana. Mnamsifu mhujumu hadharani? Umri wenu wote huo bado hamjui kuwa uhujumu ndio unaleta na kuongeza hali hii ngumu? Vita vilivyoanzishwa ni kwa ajili yako na yangu. Kama tunaopiganiwa hatuyaoni manufaa yake tutashinda kweli?"

"Hakuna anayempigania mtu duniani. Usidanganyike hata siku moja. Wote wanapiga kelele, vita, vita, lakini ni maneno matupu. Teke la kuku haliui mwana. Serikali imejaza viongozi wenye miradi. Vigogo. Umesikia yeyote akishikwa zaidi ya wauza dawa za meno? Wewe unalia kuwa napiganiwa, kumbe wenzako wanajipigania wenyewe.

Lilikuja Azimio la Arusha, likaimba mambo mengi mazuri. Lakini si baba yako wala wangu aliyepata chochote. Ikafuata C.C.M. iking'ara kwa ahadi nzuri. Tukadhani sasa barabara. Unaweza kuniambia umepata nini?"

"Kipofu kama wewe nikuambie nini? Hujui unachostahili kupata. Labda unataka gari hali mimi nafikiria juu ya haki na kujikomboa kifikra. Gari nalipenda lakini siwezi kudai kuwa naujua umaskini wa taifa letu. Najua kila mtu haweza kulipata ..."

Mara akadakia mwingine. "Umaskini! Wakati wenzako wanayo magari. Umeona viongozi wakidandia mabasi kama wewe? Bwana nakuambia siku hizi ni kujipigania tu. Wengi wanasema hili na lile si kwa ajili ya kutetea watu bali asipojifanya anawatetea atamwaga unga. Wangekuwa wanayo nia halisi ya kututetea ingebidi kwanza wazijue shida zetu. Wasafiri kwa UDA na kuchomolewa fedha yao, wasafiri daraja la tatu la treni: 'kajamba nani?' Na kuuona msongamano, walale njaa siku tatu na yote mengine. Uone kama hawatakonda na kuanza kutetea kwa nguvu zaidi au kujiuzulu kazi zao na kukimbilia Ulaya."

Wengi wao wakaelekea kumwinga mkono. Hivyo akaongeza kwa sauti ya ari: "Zamani mimi nilikuwa na mawazo kama yako. Kuwa kuna mashujaa ambao wanapigania watu wengine. Lakini siku hizi mtu hanidanganyi. Hata vitabu ambavyo vinayaeleza maisha ya viongozi na kuwaita "Mashujaa" siku hizi navichukia sana. Mfano mtu anaitwa shujaa kwa kuwa alishiriki kupigana au kuongoza madai ya uhuru hadi ukapatikana. Una hakika gani kuwa hakuwa akiupigania ili apate hakika ya shibe yake baada ya Uhuru? Aidha, angekufa katika vita hivyo vya Uhuru jina lake lingeimbwa milele. Kwangu naona hana tofauti na yeyote yule anayehatarisha maisha yake kwa kuwinda vifaru, wale wanyama wakali ili akifaulu kuwaua atajirike."

Mpinzani akamtazama kwa kebehi na kusema: "Siyo kosa lako hata kidogo. Tatizo linatokana na udogo wa elimu yako kisiasa. Kasome tena ..."

"Mimi nikalie kuisoma wakati wengine inawanufaisha. Sisomi tena kitabu chochote cha siasa. Bora kusoma Chakubanga."

Maneno yake yakasababisha kicheko.

Kicheko ambacho hata Bon alishiriki huku akiitia gari yake moto na kuondoka. Muda wote alikuwa kakaa garini kimya akiwasikiliza huku akijisingizia kusoma gazeti.

Kandili aliendelea kuketi pale pale alipokuwa, glasi ile ile ikiwa mbele yake, juu ya kimeza. Wasichana wauza baa wadowezi waliendelea kumtazama wakiiomba miungu yao iwashushie bahati mmoja wao aitwe na Kandili. Hakuna aliyeitwa. Kandili hakuwa na mawazo yoyote juu yao. Wala mawazo yake hayakuwa chumbani humo. Yalikuwa hewani yakisanifu tukio lile na hili, mengi yalimjia akilini na kupaa. Ambalo halikupaa ni lile tukio la miezi kadhaa baina yake na Dora. Lilimrudia mara kwa mara, akiisikia sauti ya uchungu ya Dora na mwanawe ikilia masikioni mwake, akiwaona walivyokumbatiana kiyatima kabisa kama mtoto asiye na mama wala baba. Hakujua kwa nini picha hii ilimtesa. Wala hakuona kwa nini imjie akilini mara kwa mara. Alijitahidi kuifukuza, lakini haikutoweka. Lipi afanye? Alijiuliza mara kwa mara.

"Salama?"

Kandili akagutuka na kugeuka hima. Macho yake yakagongana na ya yule msichana aliyeondoka naye usiku wa jana. Tayari alikuwa kaketi bila kukaribishwa.

"Habari za toka jana."

"Sio nibaya," Kandili alimjibu kwa sauti ambayo ilitoka kwa dhiki kama ambaye alikuwa hajasema kwa miaka. Macho yake yalimtazama binti huyo kama yanayomfokea na kumuuliza: "Nani kakuruhusu kukaa hapa?" Lakini ulimi wake haukutikisika kutamka lolote kati ya hayo.

"Nadhani jana pombe ilikuzidi nguvu."

"Jana! Kwa nini?"

"Kwa sababu tulilala kama dada na kaka. Sikufurahi kuchukua pesa zako bure. Kwa hiyo leo naona twende zetu mapema. Jana nilikwambia kuwa nitakupa huduma ya kwanza? Kama sikusema basi nakuahidi hivyo. Usiku wa leo utauweka katika kumbukumbu zako."

Kama alitegemea walao tabasamu kutoka kwa Kandili basi hakulipata. Kandili aliinuka ghafla na kuanza kuondoka. Msichana huyo naye akainuka kumfuata. Wakatoka nje na kuwapita vijana wale ambao walikuwa wakiendelea kubishana. Mmoja wao alisita alichokuwa akisema na kuwanong'oneza wenzake. "Tazameni. Jitu kama hilo. Juzi juzi tu lilikuwa fukara kubwa, jembamba kama mwanzi leo kawa kipipa, tumbo kama kiboko, majumba na magari huku na huko. Hao si maadui zetu hao? Watu kama hao nasikia huko China walipigwa risasi na kunyongwa hadharani. Hapa tumewapa adhabu ndogo mno. Kulima ..."

Kandili hakuwasikiliza wala kuwaelewa. Alipolifikia gari lake alifungua mlango na kuingia. Akaliwasha na kuanza kuondoka. Mara kelele za maumivu zikamfanya akanyage breki ghafla.

"Ungeniua, nilikuwa sijapanda mguu wa pili," alisema yule msichana akicheka kidogo baada ya kuona hatari imepita.

"Hivi unakwenda wapi wewe?" Kandili akafoka.

"Si tunakwenda pamoja?"

"Wapi?"

"Kwako si ..."

"Kakualika nani?" akazidi kufoka. Vijana waliokuwa wakitazama tukio hilo wakapiga kelele za furaha. "Ebu shuka haraka," Kandili alifoka. Binti alipoendelea kuduwaa, Kandili alisongea kumfungulia mlango. Teremka, akamngurumia. Macho ya Kandili yakamtisha binti huyo kuliko sauti yenyewe. Kwa aibu akateremka.

"Kama huna kwa kulala njoo kwangu leo," alisema kijana mmoja. Wa pili hakungoja kusema, alimfuata na kumshika mkono. Akaanza kumvuta huku akitangaza: "Huyu leo wangu."

"Niacheni ..." Sauti ya binti huyu ilimfikia Kandili kwa mbali alipokuwa akiwasha gari na kuondoka zake akiifuata barabara ya Uhuru.

Nyumba yake ikajitokeza mbele yake, ikimeremeta kwa taa za umeme zilizoizunguka. "Wengine tunaishi peponi ingawa tuko duniani?" Akawaza kwa tabasamu la kimoyomoyo.

Mlinzi wake ambaye alilifahamu gari hilo kwa mlio alitoka nje mbio na kuanza kufungua lango lakini aliona likipita kama ambavyo halikuifahamu nyumba hiyo. Vipi huyu tajiri siku hizi? Alijiuliza mtumishi huyo kwa mshangao.

Kandili alipita Ngarenaro alikokusudia bila kujua, akaivuka migomba inayoutenga mji na Majengo. Alipofika mahali ambapo awali alikutana na Dora, alikanyaga breki na kuzima gari. Akatoka nje ya gari na kuanza kufuata kile kijia alichofuata siku ile alipomfuata Dora. Alikuwa hajafika mbali mara akajikuta kapotea hajui aendapo. Jambo hili lilisababishwa na jinsi nyumba zilivyojengwa ovyoovyo pamoja na uzito wa kiza kilichotanda. Giza hili lilitokana na kutokuwapo kwa walao taa moja ya barabara. Majengo ni kimoja kati ya vile vitongoji vingi ambavyo japo vimo katika manispaa, havijakumbukwa kupewa hadhi halisi ya kimanispaa.

Giza halikumkatisha tamaa Kandili. Aliendelea kutafutatafuta, akipita hapa na pale. Hakuiona nyumba aliyokuwa akiitaka. Wala hakukutana na mtu yule ambaye alitamani kukutana naye: Dora. Alitafuta, na kutafuta, hakumpata. Jasho likaanza kumtoka baada ya kuishinda nguvu ya baridi kali iliyokuwa ikimtesa awali. Uchovu pia ukaanza kumwingia. Huku akihema, aliegemea ukuta wa nyumba moja na kupumzika.

"Nani wewe?" Sauti ya mtu ikafoka kutoka ndani.

Sauti hiyo ikamshtua Kandili na kumrejeshea fahamu zake. Akalitupa jicho lake kuitazama saa yake. Akagutuka kuona ikisema 23.55, yaani saa sita kasoro dakika tano. Ni nini anachotafuta muda wote huu? Dora! Wa nini? Na iwapo angemwona angemwambia nini? Akajiuliza.

Kandili akajishauri kuondoka haraka. Mara nyingi amesikia matukio ya watu waliopoteza maisha kwa kupigwa kama wezi ilihali hawana hatia. Hakupenda awe mmoja wao.

Na hata asipopigwa atasema alikuwa akitafuta nini saa kama hizo, mahala kama hapo mtu kama yeye? Akaongeza mwendo kuirudia gari yake. Rohoni akijiapiza kuwa asingekubali tena kuruhusu upumbavu huu wa kushangaza umtawale kiasi cha kufanya tena jambo lolote asilolifahamu.

"To hell with Dora!" Akasisitiza kwa lugha aliyoipenda zaidi ya lugha yake.

* * *

"Ulikuwa wapi?"

"Kwa nini? Nimekuwa mkeo tangu lini?" Kandili alijibu akitua chombo cha simu kwa hasira na kuikata. Simu hii aliikuta ikilia na iliendelea kulia tangu alipoanza kuvua nguo ili alale akitegemea kuwa apigaye angechoka. Alipoona hainyamazi, ndipo alipoijibu. Sauti ya msemaji wa upande wa pili aliifahamu vizuri. Alikuwa rafikiye Bon. Kilichomuudhi ni swali lake ambalo liliulizwa kwa ukali mfano wa mtu kwa mkewe au mwalimu kwa mwanafunzi wake.

Baada ya kuikata aliitazama kwa namna ya masikitiko kidogo. Hasira za nini kiasi cha kumkatia simu mtu asiye na ugomvi naye? Pia hakuona kwa nini Bon ampigie simu muda kama huo? Kabla Kandili hajafikia mwisho wa mawazo yake simu ilianza kulia tena. Safari hii aliidaka na kuita kwa upole: "Bon? Samahani sana rafiki. Nili ... ni ..."

"Hatuna muda wa kutaka radhi. Jiandae haraka tuondoke," Bon alidakia.

"Vipi?"

"Kwani hawajafika kwako?"

"Watu gani?"

Ndipo Bon alipoeleza habari kamili. Askari walikuwa wamefika kwake mara tatu wakati yeye hayupo. Alielezwa hayo na mtumishi wake ambaye alisisitiza kuwa polisi hao walikuwa wa silaha na walikusudia kumkamata Bon. "Sio mimi tu. Wengine wamekamatwa. Wengi sana. Mmoja wao ni meneja wenu mpya," aliongeza.

"Meneja wao? Hukumbuki kuwa mimi niliacha kitambo?" alihoji Kandili.

"Hilo si muhimu Kandili," Bon alisema. "Sikiliza. Ninachotaka kukushauri ni kwamba sasa hivi jiandae tuondoke ..."

"Tukimbie?"

"... tuelekee Nairobi. Huko tutaamua tuishi wapi. Fedha tunazo. Tuna uwezo wa kuishi popote duniani. Waonaje Kandili?" Sauti ya Bon, japo alijitahidi kuiimarisha lakini hakufaulu kuficha mteremo ambao ulimfikia Kandili kikamilifu. Na jambo hili lingemchekesha alipokumbuka jana tu Bon huyo huyo alivyokuwa akitamba na kuwakebehi polisi na serikali kuwa wasingefanya lolote la haja.

"Upo Kandili?"

"Nipo."

"Mbona husemi? Umelionaje pendekezo langu?"

"Lipi? La kutoroka? La, siwezi kufanya hivyo. Nchi hii ni yangu kama ilivyo yao. Siiachi," alifoka.

"Ndugu yangu Kandili, hata mimi nilikuwa na mawazo kama yako. Lakini wakati huu hakuna mzaha kabisa. Nahodha japo awe hodari vipi lazima huacha dhoruba ipite ndipo aanze safari. Nimekuambia kuwa waliokamatwa ni watu mashuhuri zaidi yako? Basi ni pamoja na wenye vyeo serikalini. Angalia K, utaupoteza utajiri wako ulioupata kwa jasho ..."

Kandili akamkatiza. "Haupotei," alisema "Hakuna ushahidi wowote utakaowafanya waniweke ndani. Kampuni yangu imeandikishwa. Nalipa kodi zote na kuwapa wahusika fedha za ziada ambazo haziingii katika daftari lolote."

"Hayo wakati wake umepita K," alisisitiza Bon. "Hawasikii lugha yoyote ya aina hiyo. Nadhani ni wivu unaowaongoza.

Twende zetu nje ya nchi tukapumue. Baada ya muda, kama kawaida yao, watapoa. Tutarudi zetu na kuendelea na shughuli zetu."

"Mimi siendi popote."

"Kwa hiyo nadhani huu ni wakati wetu wa kuagana," alijibu Bon.

"Tutaonana akipenda Muumba." Akasita kidogo halafu akaendelea, "K? Kabla ya kuagana ningependa kukueleza jambo ambalo sijawahi kukusimulia siku zote za maisha yangu pamoja nawe. Nadhani hujawahi kumwona ndugu yangu yeyote akinitembelea. Au sivyo K?"

"Kweli."

"Ni kwa kuwa sina ndugu," akasita. "Sina baba, sidhani kuwa hata mama yangu anamjua mtu aliyemtia mimba iliyonizaa mimi. Mama alikuwa mmoja wa wale mamia ya wanawake wanaojiuza mitaani ili kupata 'chochote'. Ufukara ndio uliomtoa kwao ambako hata sikujaliwa kufahamu ni wapi. Baada ya kunizaa mimi huenda alifunga kizazi au kiliharibika kwa ajili ya umalaya. Mimi alinilea kwa taabu hadi nilipopata umri wa kwenda shule. Wakati nasoma mama alifariki kwa majeraha yaliyotokana na kipigo alichokipata kutoka kwa mabwana zake watatu ambao walifumaniana kwake na kumalizia hasira zao kwa kumpiga. Nikawa yatima ndugu yangu. Kazi niliitafuta nisiipate. Nikaishia kuajiriwa majikoni nikiosha vyombo na kufua hata visuruali vya wake wa waajiri wangu. Nilipoona sipati chochote ndipo nikaanza kuhatarisha maisha yangu kwa biashara za magendo. Kwa muda mrefu niliadhibiwa na mbu maporini na kuwapa simba fursa ya kunifanya kitoweo au kuraruliwa na chui, ama kufumuliwa na kifaru na kusagwasagwa na ndovu, na ajali nyingine kadha wa kadha. Kadhalika nilikuwa katika nafasi nzuri ya kupigwa risasi na polisi au kufungwa jela. Yote hayo nimeshindana nayo miaka nenda rudi. Nimeyashinda. Sasa hata sijafaidi kula matunda ya jasho langu mara nianze kusumbuliwa hivi, unadhani nitakubali?"

Kabla hajalisanifu jibu mwafaka kwa maelezo hayo, Bon aliendelea:

"Sikubali. Kamwe sikubali. Nitaondoka leo hii. Lakini kitendo nitakachowafanyia huenda kikanifanya nifie ugenini bila kukanyaga tena hapa."

"Utafanya nini Bon?" Kandili alihoji.

"Nitawaua wote," akajibu. "Hapana, sitapambana nao moja kwa moja, nitaondoka. Lakini si kabla ya kutega bomu langu nililohifadhi muda mrefu. Bomu hilo nitaliacha ndani ya sefu. Jinsi walivyo waroho wa pesa, najua kazi yao ya kwanza itakuwa kuchungulia katika sefu langu. Hawatapata hata senti moja. Badala yake watapata zawadi ya risasi ambazo zitawaua wote watakaokuwa karibu. Nitaisikia habari hiyo redioni. Nitacheka sana."

"Angalia usijiue, Bon," alionya Kandili.

"Si mara yangu ya kwanza kutega bomu," akaongeza. "Kwa sasa nadhani tuagane." Simu ikasikika ikiwekwa chini.

* * *

Hakupata muda wa kulitega bomu lake. Mara tu alipomaliza maongezi yake na Kandili aliusikia mlango ukibishwa kwa nguvu. Alipochungulia katika tundu la ufunguo aliona magwanda ya polisi wengi. Akaondoka hapo mlangoni na kukimbilia chumbani ili aruke dirishani. Mara tu alipofungua dirisha uso wake ulikutana ana kwa ana na polisi wawili ambao walicheka na kumshurutisha kufungua mlango. Akajikuta hana njia nyingine zaidi ya kuwafungulia.

"Mnataka nini?" Akawahoji huku akipima uwezekano wa kuwapa rushwa ili wamwachie. Hakuona kama ingekuwa rahisi. Walikuwa askari wanane, nyuso zao hazikuonyesha dalili zozote za mzaha. "Mnataka nini saa hizi?" Akahoji tena.

"Tangu sasa uko chini ya ulinzi," alitamka kiongozi wao ambaye alikuwa na nyota moja begani. "Umekamatwa chini ya sheria mpya ya wahujumu. Tafadhali turuhusu tukague nyumba nzima hii."

Jasho likaanza kumtoka Bon. Alikuwa hajaondoa mali zote zilizofichwa katika nyumba hiyo. "Sikieni" akawaambia." Msiupoteze bure muda wenu. Mtatoka hapa wote matajiri, iwapo mtarudi na kuwaarifu waliokutumeni kuwa hamkupata chochote. Sawa?"

"Uangalie ulimi wake," alifoka kiongozi wa kikundi. "Neno moja zaidi la aina hiyo litanifanya niripoti kuwa ulithubutu kutuhonga. Sasa tufuate, tuanze kukagua."

Wakaanza kupita hapa na pale. Haikuwachukua muda mrefu kabla hawajafichua mali ambazo ziliwafanya washangae sana. Mali ambazo hawakuzitegemea. Walitegemea mali za magendo kama pembe za ndovu, ngozi za chui, madini aina mbalimbali na fedha za kigeni. Na walizipata hizo kwa wingi. Lakini mshangao wao mkubwa ulikuwa kukuta shimo kubwa lililochimbwa chumbani ambalo lilihifadhi vitu vingi ambavyo siku nyingi vilipotea hata vikaanza kuitwa muhimu: redio aina aina, nguo, sukari, sabuni, unga na hata chumvi.

"Hili duka la ardhini unayo leseni yake?" Alifoka kiongozi wa msafara. Bon hakujibu.

"Haya twende zetu," akamwamuru baada ya kumtia pingu.

"Twende wapi?" Bon alihoji akitetemeka.

"Twende kunakokustahili. Kwa muda mrefu umekuwa ukificha vitu ambavyo taifa linavihitaji. Sasa tumevifichua. Ni wakati wetu wa kukuficha wewe."

"Jamani…" kanusurika kulia.

"Twende!" Akainuliwa na kutupwa katika gari lililokuwa likiwasubiri. Likatiwa mota kuelekea kituo cha polisi.

Kituoni, Bon alifunguliwa pingu na kuongozwa katika chumba ambacho kilijaa watu wenye nyuso za hofu. Watu

119

ambao wengi wao alifahamiana nao vizuri. Baadhi walikuwa viongozi wa serikali na katika jeshi la polisi. Baadhi walikuwa watu wa kawaida wenye umaarufu mkubwa wa fedha na biashara aina aina. Lakini ikamshangaza Bon kuona wengi walikuwa watu fukara ambao waliishi kwa kuuza sigara kwa bei ya juu mara zilipoadimika, au kupewa pea mbili tatu za kanga na kuuza ili wapate mlo wa kesho. Wahujumu gani hawa? Alijiuliza Bon akiwatazama.

"Ndiyo hivyo ndugu yangu," mmoja alisema kama aliyeusoma mshangao wa Bon. "Mimi nimelazimika kumwacha mke wangu mja mzito kwa ajili ya michi minne ya sabuni Mbuni. Sijui wanataka tule nini. Hawajui wala kujali kuwa nilitafuta kazi bila mafanikio kwa miaka mingi. Sasa hapa nilipo wananipa chakula. Mke na wanangu huko nyumbani wanalala njaa. Nimewaomba watufunge pamoja hawakunisikia."

"Mimi pia ndugu yangu" alisema mwingine ambaye mkono wake wa kushoto haukuwa na vidole vinne, vilikatika kiwandani alipokuwa kaajiriwa. "Niliomba leseni ya biashara miaka nenda rudi hawakunipa. Pesa zangu nilizohonga walizila bure. Nimeanza biashara ndogondogo zisizo na haja ya leseni mara nimenaswa. Hii haki kweli?"

Mtu huyu, inasemekana vidole hivyo vililiwa na mashine makusudi kabisa. Kwamba aliruhusu mashine imkate ili alipwe fidia na kiwanda, apate mtaji. Alilipwa zaidi ya shilingi elfu ishirini, akazitumia kwa magendo ya kutoka Kenya na Burundi hadi alipoanza kununua magari.

"Mimi hata kosa langu silifahamu," alidakia mtu aliyekuwa pembe ya mbali kabisa. "Sijui ni kwa ajili ya hili shati la kitenge cha Zaire nililovaa au vipi hata nikamatwe. Ningeweza kuvaa hata kitenge cha hapa kwetu, lakini havionekani dukani. Nitembee uchi?"

"Na mimi sifahamu kosa ..."

"Na mimi ..."

Bon alikuwa amesikia ya kutosha, akamwona mmoja wa rafiki zake wakubwa kajiinamia kwa mbali. Akamfuata na kumgusa bega. "Na wewe upo ndugu yangu?"

"Alas! Bon! Tuko wote?"

Wakaanza maongezi ambayo yaliwafanya wafarijike kiasi fulani, kama walivyosema wahenga: kifo cha wengi harusi.

* * *

Waliobaki nje walianza kufaidika kwa vita hivi. Vitu vilivyopotea muda mrefu vilitokea machoni mwao, wakavinunua kwa bei ya kawaida. Jambo ambalo walikuwa wamelisahau katika taratibu zao za maisha. Kadhalika, nauli za magari ambazo zilikuwa kubwa kama walivyotaka wenye magari zilipungua kulingana na utaratibu uliowekwa.

"Ahsante Nyerere," walishangilia watu.

"Hongera Sokoine," wakajibizana.

Matumaini yao yakarudi upya juu ya serikali yao ambayo awali walianza kuamini kuwa imewasahau kama baba aliyezaa watoto wengi kiasi cha kuwaacha wafanye wapendavyo bila kuwapa msaada wala ushauri wowote kimaisha.

Sasa mtu aliweza kwenda dukani na kupata kitu alichohitaji. Mtu alikuwa na matumaini ya kuomba kazi na akaipata bila hofu ya kudaiwa "cha mbele," ambacho ni mshahara mzima wa mwezi mmoja.

Hata hivyo furaha hii haikudumu muda mrefu.

Ilianza kuyeyuka polepole na hatimaye kutoweka kabisa. Nafasi yake ilipokonywa na manung'uniko mapya.

Sura ya Tisa

❋ ❋ ❋ · ❋ ❋ ❋

Kila siku iliyopita, ilimwacha Kandili nje ya watuhumiwa waliokuwa wakinaswa. Hofu ikamtoka kiasi na kum-wongezea matumaini. Hofu ilikuwa imetia mizizi tangu ali-poamuka asubuhi ile na kusikia kuwa wengi walikuwa wa-menaswa, mmoja wao, Bon Kolo, rafiki yake na msiri wake mkuu. Hivyo alikuwa akitarajia wakati wowote kuwaona poli-si wenye pingu wakimjia na kumkamata.

Kandili hakupata utulivu kamili. Ama kweli alikuwa amejiandaa kwa kuvizika porini vitu vyote ambavyo alikuwa ameamriwa na watu wale wasiojulikana kuvinunua kwa bei yoyote ile na kuvificha. Pia, alikuwa ameziba harakati zake zote za biashara za magendo ya kila aina na kuficha fedha zote za kigeni zilizokuwa katika milki yake. Lakini moyo bado ulikataa kutulia. Kilichomtia hofu kilikuwa ni hiyo sheria ambayo ilidai watuhumiwa wote wasingehukumiwa katika mahakama za kawaida bali mahakama maalumu ambazo hazitajali sana sheria na ushahidi. Hakujua nani angekuwa hakimu. Wala hakujua vipi angembabaisha hakimu huyo kwa hongo kama walivyozowea. Pengine atakuwa mtu asiyehongeka baada ya maadili ya Chama kumkolea kichwani.

Lakini, aliwaza, tunao watu wa aina hiyo kweli hapa nchini?

Na wanatosha? Watu ambao mioyo yao imeishinda nguvu thamani ya pesa zipatikanazo kwa urahisi? Watu wenye roho ambazo undugu na ukabila haumo kabisa fikrani mwao? Kama wapo, wa kutosha, hakuna shaka kuwa hawatatuelekeza tu, bali watatuongoza hadi tufike huko wanakotaka tuelekee.

Siku zikaja na kwenda, zikafuatwa na woo, woo zikafanya

mwezi, nao ukazaa miezi. Bado Kandili alikuwa nje! Bado aliendelea kutumaini kuwa angeweza kukamatwa wakati wowote. Kwani vita vilikuwa vikiendelea, wengi walikuwa wakiendelea kukamatwa. Kila mahali huko mitaani maongezi yalikuwa ni yale yale.

"Leo Manji kakamatwa."

"Manji yupi?"

"Yule Mhindi mwenye duka pale karibu na mnara wa saa," alijibiwa na mtu. "Kumbe alikuwa ndiye mwenye ile kampuni ya kuhudumia watalii ya TAUSI TRAVEL AGENCY na malori yake yaliyoandikwa CHEKA NAO ... Ajabu ni kwamba kashikwa na magunia ya chumvi yaliyokuwa yamefukiwa uwani kwake yasiyopungua mia nne. Pia ameshikwa na meno ya tembo."

"Ee, ngoja naye akalime aone jembe lilivyo kali mikononi. Si yule mwenye tumbo kubwa kama nusu ya pipa? Basi atakufa na mpini wa jembe mkononi."

Ndiyo hasa adhabu inayowastahili watu hawa. Kifo. Kwani wao ni wauaji halisi. Angalia walivyokuwa wakificha hata chumvi na madawa. Kama hawakukusudia kutuua walitaka nini?"

"Ajabu," Mtu alijibu. "Mabepari wa hapa kwetu wanatisha kabisa. Madhali hata Kenya, bepari – baada ya kumnyonya sana mwananchi, hutokea siku ya Harambee akachanga maelfu ya fedha kusaidia miradi ya shule, hospitali au makanisa."

"Hata ule si unafiki tu? Kwa nini asikubali au kuruhusu mtu ajitafutie chake mwenyewe bali amchangie kama asiyejiweza? Bepari ni bepari tu dawa yao ni kutokomezwa kwa pamoja kama Urusi na China."

"Kwa wakati wake. Sio rahisi kufanya hivyo ghafla."

"Mpaka lini? Watu wamechoka nakwambia."

Magazeti na redio pia yalikuwa yakitoa habari nyingi za maendeleo ya vita. Habari ambazo zilimtetemesha Kandili akafikiria kufunga virago na kukimbia. Hakufanya hivyo kwa kuogopa kujitangaza mwenyewe kama mhujumu hata kabla hajaambiwa hivyo na wahusika. Wengi walifahamu kuwa kampuni yake ya usafirishaji ndiyo iliyokuwa ikimwingizia pesa na alianza baada ya kuupata ule mkopo wa Benki ya Biashara. Hayo si yangetosha kuwaziba macho wahusika? Hutokea muujiza mtu na uzito wake akaponea kupanda ukuta kwa kutumia uzi.

Siku zikazidi kupita. Matumaini yakazidi kumwingia na hofu kumtoka. Kicheko kikaanza kumjia rohoni. Bon alisema kweli. Hawatafanya lolote hawa, aliwaza.

Hawatafanya lolote, aliwaza tena baada ya miezi mingi kupita.

Sasa kwake ilikuwa dhahiri kuwa lisingetokea lolote la haja. Hayo yalimdhihirikia mara baada ya kitambo kirefu kupita bila ya kunaswa mhujumu yeyote ilhali wengi aliowafahamu na asiowafahamu walikuwa huru bado wakiendelea na shughuli zao haramu kwa siri au hadharani.

Kwa macho yake mwenyewe, alikuwa ameshuhudia abiria baina ya Arusha na Moshi akitozwa nauli ya shilingi mia moja badala ya shilingi kumi na tatu zilizopangwa na serikali. Hayo yalitokea mara tu mafuta yalipoadimika kwa muda mfupi. Ajabu ni kwamba polisi aliyevaa magwanda alilipa nauli hiyo pia bila upinzani. Unapomuuliza kondakta kwa nini iwe hivyo jibu lake ni kuwa yeye pia "kagongwa" aliponunua mafuta. Huko Mwanza habari za kuaminika zilidai kuwa watu walikuwa wakitoa nauli ya teksi shilingi mia tano kutoka mjini hadi uwanja wa ndege katika kipindi hicho. Kadhalika, ilisemekana kuwa mafuta ya taa yalikuwa yakifikia shilingi sabini kwa chupa moja. Pengine maovu zaidi, pengine nafuu, nani ajuaye.

Barua zilianza kumiminika redioni na magazeti zikidai hili na lile.

"Vigogo hawajakamatwa ..." "Ulanguzi bado upo ..." na kadhalika. Kandili alizisoma mara kwa mara. Mara alianza kuchoshwa nazo.

Hayo yakafuatwa na "fulani kaachiwa jana."

"Kaachiwa kwa nini?"

"Ushahidi! Si walisema hakuna haja ya ushahidi? Naona huku ni kuchezewa akili tu ..."

"Sio kweli. Haja ya kuunda mahakama ni kuhakikisha haki inatendeka. Utakuwa unyama kumweka mtu hatiani hata kama hana hatia. Hukusikia kuwa wengine walikamatwa na dawa za meno tu? Mtu kama huyo unadhani inafaa afungwe wakati wapo waliobaki nje wenye fedha isiyojulikana idadi?"

"Si ndiyo nasema wanatuchezea akili? Mbona hatujasikia walao waziri mmoja akiwekwa ndani au angalau kufukuzwa kazi kwa makosa hayo? Wewe na mimi si wageni hapa. Yule Kalulu si una hakika kuwa alikuwa mhujumu nambari wani? Mbona bado yupo tu."

"Tena ndio anasikika akiongoza vita hivi. Kwa maneno lakini, naamini kimatendo hafanyi lolote."

"Kwa hiyo tumekubaliana kuwa huu ni mchezo tu? Bure tumesumbuliwa basi. Laiti wangeacha mambo kama yalivyokuwa. Watu wangeendelea kujenga nasi tupate vibarua."

"Lakini nadhani huu si mwisho wa mapambano. Huwezi kuwa huu hata kidogo. Ni rahisi kuwasha moto, lakini si rahisi kuuzima mara mbuga inapopamba moto."

"Mbuga kavu. Si mbuga yenye majani mabichi."

"Una maana ..."

"Kwamba ni sisi umma ndio tuwezao kufanya kazi hii kikamilifu. Ushirikiano wetu unahitajika. Mfano ni juu ya 'vigogo' au wakubwa tunaotaka wakamatwe. Kwa nini tusitoe ushahidi mara moja?"

"Lakini uelewe pia kiongozi au polisi si jini. Ni mtu kama wewe mwenye ndugu, jamaa na marafiki. Hana roho ya chuma. Hawezi kuwa tayari kujitolea kufanya jambo kama hilo."

"Kwa hivyo vita hivi haviwezekani kumbe!"

"Vitawezekana, maadamu tumevianza. Lakini nadhani kuna haja ya kufanya jambo moja au jingine ambalo hatukufanya katika vita. Jambo ambalo litaongeza ari inayopungua sasa."

Labda – aliwaza Kandili ambaye maongezi haya aliyasikiliza kwa wizi kutoka mwanzo hadi mwisho. Yalikuwa yakifanyika ndani ya baa baina ya watu wawili walioelekea kuanza kulewa. Yeye akiwa nyuma yao, peke yake baada ya rafiki zake wengi kuchukuliwa, aliwasikia bila ya wao kushuku.

Mara 'hamna lolote watakalofanya' ikamrudia akilini. Akatamani aseme hivyo kwa nguvu kila mtu, kila kiongozi, asikie. Mara akataka kucheka kwa sauti. Yote hayo hakufanya, baada ya kujizuia kwa nguvu zake zote.

Alichofanya ni kutabasamu kimoyomoyo tu.

Alipotosheka kwa pombe aliyokwisha imimina katika tumbo lake, ambalo lilionekana daima kama ambalo halihitaji chochote zaidi kwa jinsi lilivyofurika, alitoka nje ya baa kuliendea gari lake. Watoto wadogo wadogo waliokuwa nje ya baa hiyo wakamkimbilia na kumwonyesha bidhaa walizokuwa nazo kisirisiri. Zilikuwa sabuni na dawa za meno.

"Unataka? Tutakupunguzia mzee ingawa tumeongeza bei tangu vita hivi vianze. Sema, tukupe nini?"

"Bei gani sabuni?" Aliwahoji.

"Mia ishirini," Kandili alipoguna mtoto huyo aliongeza haraka haraka, "Usishtuke mzee. *Lux* hii, *imported*, sio mali ya hapa. Na hali mwenyewe waiona. Nikikamatwa nitapelekwa Kisiwani kulima karafuu. Hata hivyo kwa kuwa wewe ni wangu leta mia moja."

Kandili akawapuuza na kuondoka zake. Akaiwasha redio ya gari lake. Taarifa ya habari ya saa tatu ilikuwa ikisomwa na mtangazaji wa kike "... huko Moshi wahujumu wanne wamekamatwa kwa makosa mbalimbali," ilisema. "Mmoja ni kondakta anayeshtakiwa kwa kuwatoza abiria wale shilingi ishirini zaidi ya nauli iliyopangwa. Mwingine kashikwa na pea mia mbili za kanga za Kenya. Wawili ni majangili ambao walishikwa na ngozi za chui wakijaribu kuzitoa nje ya nchi ..." Kandili akasonya na kufunga redio.

Siku zikazidi kwenda. Wanaokamatwa wakaendelea kukamatwa. Wenye bahati wakaendelea kuachiwa. Wenye roho ngumu wakazidi kufungua shughuli zao za siri. Vita ambavyo vilikuwa vikiendelea sasa walivizoea mno kiasi cha kusikika masikioni mwao kama wimbo tu, ambao unalaani kitu ambacho hakilaaniki.

"Hakuna wakati mzuri kama huu," mtu mmoja alimweleza Kandili siku moja walipoketi ofisini kujadili hali ya vita. "Wengi bado waoga. Na serikali inadhani watu wamekoma, au inafikiri imewanasa wote. Tukifanya shughuli zetu sasa tutafaidika mno."

Wazo hilo Kandili akaliona la busara. Akaanzisha pia shughuli zake ingawa kwa siri zaidi. Pia hakusahau kuanzisha kampeni ya kujijenga na polisi waliokuwa kwenye madaraka ya juu baada ya wengi waliowafahamu kuyapoteza.

Siku zikaendelea kwenda. Fedha zikaendelea kumjia.

* * *

Kama kuna jambo ambalo lilimfurahisha Kandili kuhusu vita hivi dhidi ya wahujumu, ni jinsi alivyobabaika kiasi cha kumsahau Dora kwa muda. Zile ndoto za ajabuajabu na wazo au hisia za hatia ambazo zilimshurutisha kumwendea, ili amtake radhi kwa kosa ambalo hakulifahamu, zilikuwa zimetoweka kutokana na hofu ya kukamatwa. Hivyo mara tu alipoona mambo yakianza kumwendea vizuri alianza kurudiwa na mawazo na hisia hizo.

Hakujua anachohitaji katika umbo lililochakaa la Dora, lakini alijua kuwa anamhitaji. Wala hakujua kwa nini anamhitaji.

Usiku wa leo alikuwa kalala juu ya kitanda chake mnamo saa tano za usiku. Alikuwa akifanya kazi kubwa ya kupambana na kishawishi kilichokuwa kikimshurutisha aende Majengo akamtafute Dora. Kabla hajazingatia uwezekano wa kumshinda nguvu 'shetani' huyo, ilisikika sauti ya kike ikipiga hodi. Hodi ya pili iliambatana na kufunguka mlango. Aliyeingia alikuwa Maua.

Maua alikuwa katika hali halisi inayopendeza kama maua yenyewe. Hali ambayo ingeweza kumbabaisha mwanamume yeyote. Nguo zake hazikuwa na haja ya kuwa fupi kiasi hicho! aliwaza Kandili, kwani kilikuwa kitambaa chepesi ambacho kiliruhusu umbo lake la ndani kuonekana kwa urahisi. Nywele zake ndefu zilifungwa fundo nene upande, ua jekundu likining'inia juu yake. Sura yake iliongezwa uzuri kwa poda, wanja na mafuta ambayo yalinukia chumba kizima. Ni macho ya Maua yaliyomtia Kandili mshangao. Mavazi yake japo yalionyesha kuwa alikuwa akitoka baa au dansini, macho hayo hayakuonyesha hivyo hata kidogo. Yalikuwa yenye tahayari na wasiwasi mkubwa.

"Vipi Maua! Umefumaniwa na mume wa mtu?" Kandili alimtupia swali hilo badala ya kumkaribisha aketi.

"Nimekufuata Kandili," jibu la Maua lilitamkwa kwa sauti iliyofanana na hali ya macho yake kwa wasiwasi.

Kufuatwa na Maua halikuwa jambo geni kwa Kandili. Mara nyingi alikuwa amejileta kwake bila kujali kuwa alilazimika kuondoka bila ya kufikia lengo lake. Kila walipotazamana, macho ya Maua yalikuwa yakimsihi Kandili kama yanayomnong'onezea yakisema: "Sema. Niko tayari ..." Hali ambayo Kandili alizowea kama jambo la kawaida. Lakini leo hii macho hayo hayakuelekea kuwakilisha tabia hiyo. Yakamfanya Kandili ameze jibu la kebehi alilokuwa akikaribia kumpa Maua. Badala yake akamuuliza: "Kuna nini hata unifuate saa hizi?"

"Hali mbaya, mpenzi!"

'Mpenzi' lilimchukiza Kandili. Kisha likamchekesha kimoyomoyo. Hakujua tangu lini amekuwa mpenzi wa Maua. Hata hivyo, wasiwasi iliyodhihirika katika sauti hiyo ilianza kumwambukiza Kandili.

"Maua, jikaze useme vizuri," akamsihi. "Kuna nini?"

"Wanakujua, mpenzi," akamjibu. "Wakati wowote kuanzia sasa wanaweza kuwasili hapa." Kandili alipomuuliza ni watu gani hao, aliongeza, "Polisi. Nilikuwa na mmoja wao muda mfupi tu uliopita. Akaitwa ghafla na wakubwa wake. Aliporudi aliniaga akisema aenda kumkamata mhujumu ambaye ushahidi wa kutosha ulikuwa umepatikana. Baada ya kumsihi sana aliniambia siri kuwa ni wewe mpenzi ..."

Kicheko cha Kandili kikamkatiza. "Unaota Maua?" Alihoji baadaye. "Vita vilikwisha kitambo na mkuu wa polisi ni rafiki yangu. Hawezi kufanya hivyo. Rudi zako ukalale kwa amani."

"Kandili, mambo haya usiyachukulie mzaha," Maua alionya.

"Siwezi kuja hapa kukutania. Ninachokuomba ni sasa hivi uondoke. Hapana, tutakwenda pamoja. Twende kokote nje ya nchi hii. Nitaishi kama kijakazi chako iwapo hutakubali kunioa. Tafadhali inuka Kandili."

Kandili akaachia kicheko kingine. Kicheko hiki kilikatizwa na mlio wa gari lililosikika likisimama nje ya nyumba. Ndipo wasiwasi ukamnasa Kandili. Akatokwa na macho ya hofu kumtazama Maua kama aombaye msaada. Maua pia aliduwaa machozi yakianza kumlengalenga.

"Wamefika," akanong'ona. "Sikia," aliongeza. "Nitakwenda kuzungumza nao. Tumia nafasi hiyo kutoroka. Tafadhali niandikie mara ufikapo nje ya nchi. Nijulishe uliko ili nikufuate." Baada ya mnong'ono huo Kandili alishangaa kumwona Maua akianza kuvua nguo zake haraka haraka na kujifunga taulo. Kisha alimtupia Kandili jicho la mwisho na kuuendea mlango.

Sajini wa polisi ambaye alikuwa hajamaliza kuwapanga askari wake alishangaa kuona mlango ukifunguka polepole huku sauti ya kike ikiita, "Karibu mpenzi," ikifuatwa na msichana, mapaja yake yakiwa wazi sehemu kubwa, matako na matiti yake yakiwa yamejaa vyema katika taulo hiyo iliyoshikiliwa kwa mkono. Kwa muda askari hao walipigwa butwaa, wakimtazama.

Maua alijitia kuduwaa zaidi yao. "Nilidhani ni mpenzi Kandili," alisema. Hakumaliza usemi wake. Kwa hila aliruhusu taulo kuponyoka na kuanguka chini na kumwacha kama alivyozaliwa. Aliiokota haraka haraka, ikaanguka tena. Akaiokota na kuifunga vyema huku akijitia kushikwa na haya kiasi cha 'samahani' yake kutosikika vizuri.

Ilikuwa picha ambayo ingeweza kumbabaisha kiumbe yeyote wa kiume, awe askari au raia. Na ndivyo ilivyowafanya askari hawa. Kitambo kilipita huku bado wakimtazama Maua ambaye aliendelea kusimama mbele yao. Macho yao yalipomwacha yalitazamana. Kila mmoja alikuwa akimhurumia mwenziwe. Mmoja alikuwa akitetemeka kidogo huku jasho likimtoka usoni.

"Wewe msichana, unataka kusema nini? Kuwa Kandili hayumo ndani?" Aliuliza sajini baada ya kukusanya nguvu.

"Tunayo hakika kuwa yumo ndani."

"Hayupo, nilikuwa nikimsubiri," Maua alijibu.

"Lazima awemo. Haya hapa magari yake yote."

"Hayumo."

"Yumo afande." Aliyejibu ni yule askari ambaye muda mfupi uliopita alikuwa na Maua baa. Siku zote kijana huyo alikuwa akimhitaji Maua. Leo alikuwa akielekea kumpata kama kazi hii isingeingilia kati. Alikuwa amemtaka Maua amsubiri pale pale ili ampitie, mara baada ya kazi hii ndogo. Hivyo ilikuwa mshangao mkubwa kwake kumwona hapa. Na vitendo vyake vyote alijua ni tamthilia iliyopangwa ili kumwokoa Kandili. Kumbe ndiyo sababu iliyomfanya binti huyu abadilike ghafla kama aliyetiwa mara baada ya kuambiwa kuwa Kandili angekamatwa? Kumbe ni wapenzi? Yeye aliwahi kumtamani Maua. Hakuwa tayari kuendelea kumtamani baada ya kumwona akifanya vituko kiasi hicho, hadharani, kwa ajili ya kumwokoa mwanamume mwingine.

"Yumo afande," akafoka tena. "Huyu malaya asitubabaishe bure. Haraka twendeni ndani," akaamuru huku akianza kuingia ndani bila kusubiri amri ya mkubwa wake.

Walikagua nyumba nzima wasimwone Kandili. Wakafungua kila kabati na kufunua kila kilichofunikwa, mengi waliyoyahitaji waliyapata isipokuwa Kandili mwenyewe. Uchunguzi wao uliwaonyesha kuwa Kandili alikuwa ameondoka muda mfupi tu uliopita.

"Yaelekea mwanamke huyu anajua mengi juu ya Kandili na hujuma zake," alisema afande wao. "Mtieni pingu twende naye."

"Tunamhitaji sana huyu afande," alisema yule kijana akimtazama Maua kama asiyemfahamu. "Huyu si Maua?

Faili lake lilikuwa halijakamilika. Kitendo chake cha leo kinadhihirisha hatia zake na kuongeza ushahidi madhubuti."

"Kumbe ndiye huyu?" Afande alifurahi. "Bahati ilioje hii kumpata kirahisi."

* * *

Maua alipokuwa akikokotwa garini, Kandili alikuwa hatua kadha wa kadha nje ya nyumba yake. Alikuwa katoroka kwa kupitia mlango wa nyuma na kufuata vichochoro vyenye kiza kizito ambacho kilimficha vizuri.

Sasa alikuwa katika eneo ambalo kiasi lilikuwa nje ya hatari. Akapunguza mwendo ingawa hatua zake zilikuwa zile zile ndefu. Wazo likamjia atafute teksi. Wazo hilo alilitupilia mbali mara moja baada ya kukumbuka kuwa pengine polisi wangeweka vizingiti mabarabarani. Licha ya hilo, akagundua kuwa mfukoni hakuwa na senti zozote za haja isipokuwa shilingi arobaini tu ambazo alizitupia katika mfuko wa suruali majuzi. Hakuwa na muda wa kufikiri vipi angedumu na pesa kama hizo. La muhimu kwanza lilikuwa kutoka nje ya hatari. Akaongeza mwendo huku akizidi kufuata vichochoro na kuepuka nuru.

Alikuwa akielekea Majengo kwa Dora.

Wazo hilo lilikuwa limemjia kichwani na kukamilika mara alipoachana na Maua. Wala safari hii asingekubali kushindwa. Alijua kuwa kama aliumbwa aoe na kudumu na mke kama wanaume wengine, mke huyo asingekuwa yeyote ila Dora. Hayo yalimdhihirikia pindi Maua alipomwambia kuwa alikuwa radhi kuwa hata mjakazi wake iwapo yeye Kandili hakutaka kumwoa. Ikamjia ghafla ile picha iliyokuwa ikimsumbua siku zote; Dora akiwa mke mwaminifu naye akiwa mume mwenye furaha. Katika picha hiyo alijiona amemsamehe Dora kwa ile dhambi yake ya kuzaa nje pamoja na kujiona akiishi na yule mtoto wake haramu kama baba yake halisi; bila kinyongo. Hivyo alimhurumia Maua, alipomwona akijipeleka kwa askari kumwokoa, baada ya kumtaka amtumie barua mara afikapo nje ya nchi. Alijua Maua angeisubiri milele barua hiyo, lakini asingeipokea. Yeye Kandili angekuwa na Dora na mtoto wao mahala fulani duniani, penye starehe zote, wakiishi kwa upendo na amani. Mawazo hayo yalimtia furaha hata akaondoka na kuanza safari hiyo bila kujali umbali wala kufikiria wapi pengine akimbilie.

Kwamba Dora ni malaya aliyemsaliti na kuzaa na mtu mwingine, wazo hilo halikuwa na sauti nzito rohoni mwake. Aliliona halina msingi. Dora ni mwaminifu na mtakatifu. Mimba ile ni ajali tu. Kama angekuwa malaya leo hii angekuwa na watoto wengine zaidi ya wanne. Licha ya hayo, kama angekuwa malaya asingeshindwa kuiteketeza mimba ile ikiwa changa kama wafanyavyo maelfu ya wasichana siku hizi. Utu wake ulimfanya akubali kupoteza masomo na usichana wake ili asiue kiumbe asiye na hatia. Maua, asiye na mtoto nani ajuaye kuwa amewaua zaidi ya watano? Maua, asiye malaya, anacho kitendo au mwenendo upi ambao hauelekei umalaya? Mtazamo wake wa kimalaya. Mwendo wake umalaya mtupu. Mcheko wake umalaya. La, kama kuna mwanamke mwaminifu duniani, afaaye kuwa mke wa mtu si mwingine zaidi ya Dora. "Nampitia na kumshawishi tuondoke pamoja," aliropoka.

Wakati mawazo hayo yalikuwa yakimpita kichwani, Kandili alikuwa anakaribia Majengo. Njia aliyoipitia ilikuwa ya migombani ambayo ilimfanya atokee nyuma ya kitongoji hicho. Ikamshangaza kuona hakukutana na mtu, wala jambazi yeyote katika njia hizo za hatari.

Alipofika katikati ya Majengo, hofu mpya ikamwingia. Vipi kama asipofanikiwa tena kuigundua nyumba ya Dora? La, lazima aipate. Alijiapiza akitafuta pale aliposimamisha gari yake siku ile. Alipopapata alianza kuufuata ule uchochoro aliomwona Dora akiufuata. Akaufuata. Haikumchukua muda mrefu kabla hajajikuta amechanganyikiwa tena. Hata hivyo hakukubali kushindwa. Akaendelea kutafuta, akipitia huku na huko na kuchunguza kila nyumba. Viko vichochoro ambavyo alilazimika kukimbia baada ya mbwa, kundi kubwa, kumkimbilia tayari kumvamia. Uchochoro mwingine aliukwepa baada ya kuona watu watatu wenye mavazi meusi wakivuta sigara yenye harufu kali mfano wa bangi na kufanya mashauri kwa sauti ya mnong'ono. Hakujua walikuwa wakipanga nini. Maadamu hawakumwona na aliwaepuka na kuendelea na msako wake.

Baada ya muda akakubali kushindwa. Alikuwa kachoka, kachakaa kwa kutumbukia katika vidimbwi vya matope bali hajui wapi kwingine atafute baada ya kuzurura Majengo nzima mara kadha wa kadha. Saa yake ilimwonyesha kuwa ni saa kumi na dakika ishirini za alfajiri. Likamjia wazo la kusubiri mapambazuko ili aweze kuona vyema. Akatafuta ukumbi wa moja ya nyumba hizo na kuketi chini juu ya gogo lililotupwa hapo. Ndipo akahisi uchovu aliokuwa nao. Uchovu huo ukamfanya anyemelewe na usingizi. Lakini mbu walimsaidia kupambana na usingizi huo.

"Nani wewe?"

Kandili akaamka kwa kukurupuka. Kulikuwa kumepambazuka. Nuru ilikuwa tayari imesambaza ushindi wake dhidi ya kiza. Akainuka na kung'uta vumbi lililomtapakaa alipolala sakafuni bila kufahamu. Kisha akainua macho kumtazama mwenye sauti hiyo ya kike iliyomwamsha. Hakuyaamini macho yake. Aliyemwamsha hakuwa mwingine zaidi ya Dora, akiwa na jembe mkononi. Na alipolala si pengine ila pale pale ambapo aliwaacha Dora na mtoto wake wakilia huku wamekumbatiana, siku ile nyuma ya nyumba ya Dora.

Ni Dora aliyefanikiwa kuipata mapema sauti yake. "Kandili?" Akaita kwa mshangao. "Unafanya nini hapa?"

"Dora," aliropoka Kandili, akitamani amrukie na kumkumbatia. "Nimekuja Dora, mpenzi."

Hali ya Kandili ilizidi kumshangaza Dora. Alipotoka mapema ili awahi zake shambani alishangaa kumwona mtu aliyevaa vizuri akiyachakaza mavazi yake kwa kulala mavumbini. Akamdhania mlevi na kutaka kumpita. Lakini wazo jingine likamtuma kumwamsha. Ikamshangaza kuona ni Kandili. Kapatwa na kichaa? Alijiuliza. Mshangao wake uliongezeka kumsikia akisema: "Nimekuja mpenzi." Kandili kweli aweza kusema hayo hasa baada ya matendo yote aliyomtendea? Roho ikamshauri Dora atupe jembe na kukimbia. Lakini roho ya pili, ambayo aliiamini ikamkataza na kumshurutisha amshike Kandili mkono na kumficha ndani kabla wapita njia hawajamkuta katika hali hiyo.

Ni hilo alilofanya.

Chumbani, Kandili alikuwa kaketi kitandani akimtazama Dora ambaye aliendelea kusimama katikati ya chumba hicho kidogo. Kisha akaliona tumbo la Dora lililofurika. Mimba nyingine! Kandili aliwaza kwa uchungu na mshangao. Amekuwa mpumbavu kiasi gani kumfuata kwa dhiki malaya huyu asiye na haya? Alitamani ainuke, aondoke zake na kwenda asirudi tena mbele ya mwanamke huyu ambaye amedhamiria kumwadhibu fikra bila sababu yoyote. Hapana, kuondoka, aende bila mwanamke huyu asingeweza, kwani maisha yasingekuwa maisha bali mateso yasiyo na mwisho. Labda ajiue? Akajiuliza kwa uchungu. Bila kutegemea machozi yakaanza kumtoka.

"Ni nini Kandili?" Dora akauliza kwa mshangao. Mshangao ambao ulianza kushindwa na nguvu ya huruma juu ya Kandili. Hakujua kwa nini amhurumie, kwani alikuwa amedhamiria kitambo kumchukia daima. "Kandili ni nini?" Akauliza tena.

"Unanitesa Dora. Sijui kwa nini wanitesa kiasi hicho," Kandili akamjibu.

"Nakutesa? Sijakuelewa Kandili."

Kilifuata kimya kifupi. Kandili akajitahidi kufuta machozi ambayo yaliendelea kumtiririka. Dora naye alipambana na machozi yaliyokuwa yakijikusanya yatoke.

"Umenitesa kwa muda mrefu sana. Siwezi kuvumilia zaidi. Ama nitakufa kwa mateso haya Dora," alisema kwa kwikwi. Sina budi kukusamehe japo hujaniomba radhi. Yu wapi mwanao wa kwanza? Mlete tuondoke."

Kusamehewa! Kusamehewa kwa kosa asilolifahamu kulimshangaza Dora. Lakini kutajwa 'mwanawe' kulifumua jipu ambalo lilikuwa limeiva rohoni kwake. Kukamfanya aangue kilio kwa sauti ya juu. Baada ya kulia alisema kwa upole: "Yule ni mwanao Kandili. Mwanao wa damu. Na hayupo amekufa. Umemuua wewe mwenyewe. Mwanamume shetani wewe ..."

"Mwanangu!... Amekufa!..." Kandili hakujua aseme lipi aache lipi. "Nifafanulie Dora. Sijakuelewa mpenzi."

Sauti yake ilikuwa yenye huzuni. Sura yake pia ilionyesha maumivu makali rohoni. Ikamkumbusha Dora sura halisi ya yule Kandili wake. Kandili wa kale. Kandili ambaye yeye Dora alimpenda na kumthamini hata akaamua kujitoa kama kafara kwa taabu zote za dunia ili asimuharibie maisha.

Huyu hapa Kandili wangu! Akawaza. Kandili mpenzi na apendezaye. Hatimaye kanirudia.

Dora akajikuta akitamani kumwangukia miguuni kumtaka radhi kwa lawama alizomtupia kimawazo kwa muda mrefu. Akashindwa kufanya hivyo baada ya kumtazama na kugundua kuwa kafanya makosa. Ni huyu huyu Kandili aliyemuua mwanawe pamoja na kumsababishia mateso yote yaliyompata. Huyu huyu. Tumbo lilimsaliti. Na ni kwa ajili ya tumbo hilo ndipo kamuua mtoto wao. Dora akachanganyikiwa. Machozi yakazidi kumtoka.

"Ulimuua!" Alinong'ona kwa sauti ndogo zaidi. "Chema alikufa kwa ajili yako."

Kifo cha Chema kilikuwa kimetokea siku chache tu baada ya kushikwa na palala. Hakikujali usumbufu na jasho jingi ambalo lilimtoka Dora akifanya hili na lile kuyaokoa maisha ya mwanawe. Alifariki alfajiri ya siku ya tatu.

Chema, ambaye alikuwa tumaini pekee la Dora baada ya kuwapoteza wazazi wake na kumkosa Kandili, aliyemtengani-sha na wazazi hao! Lilikuwa pigo lisilostahimilika kwa Dora. Pigo zito ambalo lilimfanya ashindwe kutokwa na walao chozi moja. Alichofanya ni kuduwaa tu, kwa dakika kadhaa, huku kamkumbatia kwa nguvu. Jirani zake waliomzunguka walimsihi kwa upole aitue chini maiti. Badala ya kuitua Dora aliwashangaza watu hao kwa kuinuka ghafla na kukimbilia mlangoni huku akifoka kwa sauti: "Nadhani atafurahi sana. Lazima nimpelekee, amle mwanaye. Lazima ..." Watu walipo-tanabahi, alikuwa nje akianza mbio za kuelekea mjini, maiti ya mwanawe mkononi. Kwa bahati, wenye mbio walimwahi na kumkamata, wakamrejesha ndani na kumpokonya maiti. Ingawa walimshinda nguvu, hawakufaulu kuufunga mdomo wake ambao ulipiga kelele za kutisha kutwa kucha akim-laani Kandili na watu wenye mioyo kama yake: wahujumu, walarushwa, wafanyamagendo na walanguzi wasiojali utu na mtu mwingine.

"Niacheni nimpelekee nyama ya mwanaye," aliendelea kudai.

"Atafurahi sana kula. Niacheni ..."

Hawakumsikiliza. Wakachimba kaburi na kumzika Chema bila idhini yake: Jirani yake mmoja, mwenye elimu ya kiganga alikuwa ameamuru Dora ashikwe, kisha alimchoma sindano ya usingizi ambayo ilimlazimisha kulala kwa masaa kumi na nane. Alipoamka alianza tena madai yake. Lakini alijikuta mdhaifu asiye na uwezo wowote. "Yuko wapi mwanangu? Mchukueni, mleteni," alinong'ona kwa udhaifu. "Baba yake atapenda kumla." Baada ya muda alichoka. Ndipo akili zilipomrudia kikamilifu. Akakubali kuwa Chema kafa na asingerudi. Akagundua kuwa ni wazimu kumlazimisha Kandili amle. Kumla kusingemrejeshea Chema uhai wala kumbadili Kandili tena awe Kandili aliyemjua na kumpenda. Ndipo machozi yakaanza kumtoka. Yakitiririka kwa wingi na kulowesha uso wake na kifua kizima.

"Mwacheni alie," alishauri bi kizee mmoja. "Machozi ni njia pekee imalizayo huzuni ya mwanamke."

Msiba ukafuatwa na matanga. Baada ya matanga ndipo Dora aliporejea katika shughuli zake za kawaida japo alikuwa kadhoofika sana pamoja na kupoteza hata afya ya sauti yake. Wala hakujali kufanya chochote ili airejeshe afya yake. Hakujishughulisha kula vyema wala kujisumbua kufua mavazi yake kwa wakati unaostahili.

Kilichomtaabisha zaidi licha ya kifo cha Chema, ni mimba hii mpya ya Kandili. Hakufahamu angeielezaje dunia. Kuwa mwenye baba wa mtoto yule aliyefariki ndiyo mwenye mimba hii pia, mwanamume aliyemtupa na kumdharau baada ya yeye mwenyewe kujitesa miaka kadha wa kadha kwa ajili yake. Nani angemwelewa? Nani angemsikia? Yeye binafsi alikuwa haelewi kabisa. Hakuelewa kipi kinatukia baina yake na Kandili hata imtokee mara kwa mara kupata ajali ya mimba zake. Kwa nini bahati siku zote imwongoze katika mkondo huo ambao matokeo yake huwa ni yenye kuadhirika, kutaabika, na kusimangika? Kwa nini siku zote yeye awe chombo kwa starehe za Kandili na zawadi yake kuwa kashfa? Hakuelewa.

Alichoelewa na kuamini ni kuwa alikuwa hamtaki kabisa Kandili. Kifo cha Chema kilikuwa kimekata mzizi wa mwisho ambao ungeweza kumfanya amtazame Kandili kwa mapenzi. Mizizi yote mingine ilikuwa imekatika mara alipomwona siku ile bila ya kutegemea, akiwa kafurika tumbo, ulimi umeoza kwa kashfa na uso uliochakaa kwa majivuno. Hakujua kilichomfanya akumbatiane na dude la kutisha kama lile. Alichojua ni kwamba isingemtokea tena kurudia kitendo cha aibu kwake, ambacho kimemwachia jeraha lisilo na matumaini ya kupona.

Jambo lililojenga nuru ya matumaini katika moyo wa Dora ni vita dhidi ya wahujumu. Viumbe laanifu ambao kila juhudi zilipofanywa kuinua uchumi wa nchi kwa faida ya mwananchi wao wanafanya chini juu kuuangamiza kwa faida yao. "Mashetani yasiyo na huruma," aliwafikiria hivyo mara kwa mara. Redio au gazeti lilipotaja kunaswa kwa mmoja wao alijikuta akifanya sherehe rohoni mwake. Alipoachiliwa mmoja alihisi jeraha lake likitoneshwa. Alifahamu kuwa hujuma hizo za kiuchumi, ambazo zimewafanya baadhi kutajirika haraka haraka, huku wengine wakizidi kudidimia kimaisha, kulikuwa kumeleta tamaa mioyoni mwa watu wengi hata wakayasahau maadili ya Chama na dini, na kuanza kujenga mawazo ya uroho usio na kifani. Tamaa hiyo ndiyo iliyompokonya Kandili wake aliyempenda, na kumleta Kandili mpya, tishio kwake na mwanawe. Kandili ambaye maisha ya mwanawe pamoja na wana wote wengine wa hapa nchini, hayana thamani mbele japo tumbo lake. Kandili ambaye alikuwa radhi kuhakikisha kila mtoto anaingia kaburini ili yeye apate faida ya binafsi. Mtu wa aina gani huyu kama si shetani mwenye sura ya binadamu? Stahili yake, yeye na wote wenye mioyo kama wake ilikuwa kuwekwa ndani mapema wasubiri hukumu kali. Ingawa Dora hakuomba Kandili akamatwe, lakini ilishangaza kila aliposoma gazeti na kuona picha za watu wengine tu wakitajwa kama wahujumu bila Kandili kutajwa. Hali ya Kandili ilimshangaza Dora mno. Alishangaa zaidi kuona lile fundo la hasira kubwa lililoshika moyo wake likiyeyuka ghafla na nafasi yake ikipokonywa na kile kitu ambacho tangu utotoni, alikuwa akikihisi macho yake yalipokutana na ya Kandili. Alijishangaza kwa kuhisi lile fundo la hasira kubwa lililokuwa katika moyo wake juu ya Kandili huyu likiyeyuka ghafla na nafasi yake kupokonywa na kitu kile ambacho alikuwa akihisi kila alipoyatazama macho ya Kandili utotoni. Kitu kile ambacho kilimfanya siku ile ajitupe na Kandili kitandani na kuacha mavazi yake yapambuliwe moja baada ya jingine hadi walipoungana kimwili. Kitu ambacho hajapata kukihisi katika macho ya mwanamume yeyote mwingine duniani au ndotoni. Kitu kilichotatanika na ni kigumu kufafanulika: pengine huruma, pengine unyonge, pengine vyote. Kwa kweli ni kitu kisichoelezeka. Moyo wake ulikisherehekea kuliko ladha ya chakula chochote, akili ilikiburudikia zaidi ya muziki wowote uwezavyo kuburudisha.

Ni kitu hiki ambacho kilimfanya Dora ajikute akizungumza kwa upole kuliko alivyotegemea mara baada ya kumsikia akisema "Nimekuja mpenzi," pamoja na kuyaona machozi yakimtoka. Hayo yalifuatwa na maneno mengine ambayo sauti iliyoyatamka ilimfanya Dora ahisi faraja kubwa ambayo hakupata kuisikia rohoni mwake. Hivyo akayajutia maneno yote ambayo aliyatamka akimlaumu Kandili kwa "kumuua" Chema.

"Nisamehe Kandili," alinong'ona naye akitokwa na machozi. "Sikujua nisemalo."

"Hujui usemalo?" Kandili alihoji. "Hujui kama mwanao alikufa."

"Alikufa ..."

"Kwa ugonjwa gani?"

"Palala."

Mara Kandili akaelewa. Na hakuelewa tu bali alikubali kwamba alihusika kikamilifu katika kumuua mtoto huyo. Alikuwa mshirika mashuhuri wa uuzaji wa Oxton nje ya nchi, dawa pekee inayotibu maradhi hayo. Hakuwa na haki hata kidogo ya kukana mauaji ya Chema na mtoto yeyote aliyefishwa kwa ugonjwa huo.

"Mtoto huyo, unasema ni wangu vipi?" Akauliza.

"Samahani Kandili. Nili ni ..."

"Nieleze Dora."

Dora akalazimika kumweleza. Akianzia tangu utotoni alipowajibika kumsaidia Kandili kila alipomwona, hadi alipojitoa kwake kimwili siku ile ili kumfariji. Jambo ambalo lilimfanya apate mimba ya Chema iliyomkosanisha na wazazi na kumfanya Kandili amwelewe vibaya.

Akaeleza sababu ya kutoroka kwake, kusudi baba yake asipate ushahidi ambao ungeangamiza matumaini ya Kandili kimaisha. "Mimba hii nyingine," akaeleza, "ni yako pia, niliipata siku ile moja tu tulipokutana. Ni kama nimeumbwa kwa ajili yako peke yako. Niteseke mikononi mwako Kandili."

Sura ya Kumi

❋❋❋❋❋❋

"**N**a bado unaniomba radhi Dora? Radhi ipi nikupe, mimi mwovu ambaye sistahili hata kukutazama machoni? Dora! U mwanamke wa aina gani wewe kama si malaika anayeishi na binadamu? Dora! Ungestahili kuishi wapi zaidi ya peponi ukifarijika kwa heri zote zilizoandaliwa kwa ajili ya wanadamu wema? Sijui namna ya kukushukuru Dora. Wala sifahamu vipi nikuombe radhi kwa dhambi nilizokutendea."

Hilo lilikuwa jibu la Kandili baada ya kuyasikiliza maelezo yote ya Dora. Maelezo ambayo aliyaamini mara moja kwa kuisikiliza sauti hiyo yenye huzuni ikijaribu kuficha sehemu ambazo zingeweza kumshutumu yeye Kandili waziwazi. Akajiona alivyo mwenye hatia, mkatili, mnyama, muuaji asiye na chembe yoyote ya huruma wala shukrani rohoni mwake.

Kilichomshangaza zaidi ni jinsi alivyoipokea habari hiyo kwa utulivu. Ikiwa habari mbaya kama ilivyo, ikimsuta kwa ushahidi madhubuti usiopingika, alidhani angestahili kuzirai mara baada ya kusimuliwa yote hayo. Lakini halikutokea lolote la aina hiyo. Moyo ulikuwa umemdunda kidogo tu mara alipoanza kumwelewa Dora, kisha kitu kizito chenye moto kikaibuka kutoka tumboni mwake na kupaa hadi moyoni ambapo kilitua. Kitu hicho sasa kilikuwa kimepotea pia kama yalivyonyauka machozi yaliyokuwa yakimtoka kitambo kilichopita. "Vipi," alijiuliza kwa mshangao. Hayo tu yanamtosha mtu mwenye wingi wa madhambi kama yake? Au pengine roho yake imekuwa sugu kiasi cha kutohisi chochote hata baada ya kuitendea ukatili damu yake mwenyewe? Na iwe sugu kama inavyotaka, lakini leo isingefaulu kamwe kumwacha katika dimbwi la uovu mkubwa kiasi hicho. Leo na sasa ilikuwa siku yake ya kujitakasa kwa Dora, mpenzi wake mwaminifu-kuliko wapenzi wote, aliyestahimili yote ambayo wapenzi wa kawaida wasingeyastahimili.

Akamtazama Dora kwa makini kana kwamba ndio kwanza anamwona. Akaushuhudia uharibifu ulioletwa na wakati mgumu katika sura na umbo lake zuri. Uharibifu ambao ulichakaza ngozi yake laini na kuiacha kavu, nywele zake nyeusi ziligeuka zikawa nyekundu na fupi, macho yake yaliyopendeza yalibaki yakiomboleza daima. Hata hivyo, uzuri halisi wa Dora haukupotea. Kipindi kifupi tu cha kula vizuri, kuvaa vizuri, kupaka mafuta mazuri na kupewa penzi halisi alilonyimwa kitambo, kungerejesha kabisa uzuri wa Dora kwa kiwango kile kile kiwasumbuacho macho ya viumbe wa kiume. Kandili alikusudia kumrejeshea kitu hicho kama malipo yake ya awali katika utaratibu mzima ambao alikuwa akiuumba kichwani ili kufidia uovu aliomtendea. Hilo lingefuatwa na kumkabidhi utajiri wake wote, mkubwa kama ulivyo, awe mwamuzi pekee wa mipango na matumizi. Yeye Kandili, alichohitaji si zaidi ya kuwa mume halali wa mwanamke huyu wa pekee. Hilo tu.

"Sikia Dora," alisema hatimaye. "Bado sifahamu namna ya kukushukuru na kukuomba radhi. Sifahamu kabisa. Nadhani hakuna kitu kingine kilichokushawishi ujipe taabu kubwa kiasi hiki zaidi ya mapenzi kwangu. Ulinipenda tangu nilipokuwa kisonoko bin midabwada. Ukaendelea kunipenda hata baada ya kuwa jitu katili lenye dharau. Ama sivyo ungeniadhiri hata mahakamani. Kwa hiyo Dora, kuulipa wema wako mkubwa kwangu sina budi kukupa kile ambacho naamini unakihitaji zaidi ya vitu vingine. Kitu ambacho naamini si mali wala utajiri bali ni mimi mwenyewe.

Najikabidhi kwako roho na mwili. Ni wako tangu sasa hadi kifo kitakapotutenga. Wasemaje Dora?"

Jibu la Dora lilikuwa wingi wa machozi ambayo yalimiminika usoni. Machozi yaliyofuatwa na kilio cha kwikwi. Akamsogelea Kandili na kuitupa mikono yake shingoni mwake ili wakumbatiane. Haikuwa rahisi. Matumbo yao, yakiwa makubwa hayakuwaruhusu kukumbatiana vyema. Jambo ambalo lilimkumbusha Dora tofauti kubwa iliyokwisha jengeka baina yao. Tofauti iliyotokana na maisha ya juu ya Kandili na yale ya chini ya Dora. Tofauti yao ilikuwa kubwa mfano wa mbuzi na fisi. Vipi wangefungwa katika zizi moja na kupata amani na upendo?

"Wasemaje Dora," Kandili alisisitiza.

Dora alijibu kwa mnong'ono: "Haiwezekani Kandili."

"Haiwezekani!" Kandili alifoka kwa mshangao. "Yaani hunipendi Dora?"

"Kukupenda. Nadhani nakupenda. Tatizo linatokana na hali yangu ilivyo duni. Sisitahili kuwa mkeo ..."

Kandili hakumruhusu kumaliza. "Hilo lisikutie hofu mpenzi. Ninayo mali ya kutosha ambayo itakuwa mikononi mwako ukiitumia upendavyo. Utakuwa kwangu malkia na mfalme. Utaifanya upendavyo mali yangu yote. Hilo nimekuahidi na nitahakikisha linatimia."

"Ni hapo usiponielewa Kandili," Dora alimjibu. "Sio kwamba nautilia uamuzi wako, nisemalo ni kwamba siwezi kujisikia binadamu hata kidogo endapo nitahama kutoka katika maisha yangu haya ya umasikini na kuwa mke wa mmoja wa matajiri wahujumu hasa katika wakati huu ambao serikali yafanya juu chini kukomesha hujuma. Nitakuwa kama niliyeafiki vitendo vyako viovu ambavyo vimenipokonya mwanangu mpenzi pamoja na kuwapa msiba akina mama wengi. Vitendo ambavyo ni kisa cha watu wengi kuteseka kwa ufukara kiasi cha kuanza kukata tamaa za maisha. Itakuwa aibu kwangu, kuwaacha maelfu ya wenzangu wakitaabika, mimi na wachache wengine tukistarehe tupendavyo. Watu ambao tuliteseka nao kwa miaka, tukihangaika kwa pamoja kutafuta njia ya kuuacha ufukara huu unukao. La, hilo sifanyi mpenzi. Siwezi kabisa kupatana na hali kama hiyo: eti mwili wangu unastarehe ilhali moyo wangu unanidai wenzangu wanaoteseka!" Akasita kidogo na kisha kuongeza:

"Kandili, nakupenda. Shaka ondoa. Lakini mapenzi yetu yatakuwa na ufa usiozibika kila nitakapokuona ulivyousahau utu na kudharau ubinadamu kwa ajili ya tumbo lako lililojaa na lisilotosheka. Nikifikiria kwa hayo nakuona kama shetani. Nisamehe kwa kusema hivyo lakini ndivyo ulivyo. Shetani asiye na huruma."

Hotuba yake ilimwingia Kandili kuliko hotuba yoyote aliyowahi kuisikia kwa kiongozi yeyote, redioni au kuisoma gazetini. Ukweli ulioje huu, ukisemwa na mtu ambaye maisha yake yamekuwa jahanamu kwa muda mrefu. Kitu kile kilichopotelea moyoni mwake kikaibuka tena safari hii na kujikita kifuani humo kwa muda mrefu. Kikamtesa na kumtia hatia. Akaingiwa na fedheha na macho ya Dora akaona ugumu kukabiliana nayo. Macho ya Dora yakawa kama yanayomhukumu na kupenyeza moyo na kusoma yote yaliyomo na kumdharau kwa jinsi moyo huo ulivyojaa dhambi. Kwa muda akaduwaa, hajui aseme lipi.

"Kwa hiyo mpenzi Kandili," aliongeza Dora. "Kama ni hilo lililokuleta hapa alfajiri yote hii, kunichukua nikastarehe nawe, sina budi kukuomba uondoke zako. Nenda kaendelee kustarehe ukijua kuwa Dora hana wivu wala tamaa ya pesa zozote za aina hiyo. Rudi ukatumie upendavyo, oa msichana mzuri ambaye atakuongezea faraja katika maisha yako. Naamini utawapata wengi. Nakutakia heri katika maisha yako na huyo utakayemwoa." Alipoona Kandili hajibu aliongeza, "Nataka niwahi shamba, samahani."

Ndipo Kandili alipoipata sauti yake. "Hunipendi Dora," akasema. "Hunipendi kabisa."

Halikuwa swali ingawa Dora alilijibu. "Labda sikupendi, japo naamini kuwa nakupenda. Nadhani maisha yangu yote nimeishi kwa ajili yako nikikufikiria wewe peke yako. Hata hivyo sikuwa na nguvu ya kujizuia nisikufikirie kama adui tangu ulipojiingiza katika shughuli hizo. Kwa kweli nashindwa kujua kama uko wapi katika moyo wangu. Hakika moja ninayo. Kwamba umebadilika Kandili. Sikuwahi kumpenda Kandili mwenye roho ya kutu kiasi hiki. Kandili ambaye yu radhi kupoteza maisha ..."

"Kwa hivyo hunitaki Dora," alifoka Kandili bila kujali kumsikiliza zaidi. "Hunipendi. Nadhani hata huko nyuma hukuwahi kunipenda. Kama ungenipenda ungejua kiasi gani nimeteseka rohoni kwa ajili yako. Ungejua kuwa kunikataa ni sawa na kuweka sahihi ya kifo changu. Amini usiamini Dora, lakini ukweli ni kwamba endapo nitakukosa leo sina maisha tena. Nisipojiua nitakufa kwa kutaabika kimawazo kwa ajili yako. Nilikuwa nikitaabika kabla ya kufahamu kuwa mateso yako yote ni kwa ajili yangu, leo nimefahamu hayo, unadhani nitakuwa na uwezo wa kula chakula kikaingia tumboni? Unadhani nitapata wapi uwezo wa kuwatazama watu machoni? Nihurumie Dora tafadhali. Nihurumie kwa mara ya mwisho kama ambavyo umekuwa ukinihurumia siku zote kwa gharama ya kuharibu maisha yako. Tafadhali mpenzi."

Sauti ya Kandili ilikuwa yenye kila chembe ya huzuni japo alizungumza kwa nguvu kama anayefoka. Ikamfanya Dora atokwe na ule ushujaa uliokuwa umemjia ghafla, ambao hakufahamu ulikotokea. Badala yake akarudiwa na ile njaa yake ya siku zote, ambayo humtuma na kumshurutisha amsaidie Kandili kwa lolote awezalo. Kwa muda alimtazama kama anayeitafuta njia. Kisha akasema polepole, "Sijui nawezaje kukusaidia."

"Waweza sana," alidakia Kandili. "Hakuna yeyote mwingine mwenye uwezo huo ila wewe. Na ni kwa kulikubali penzi langu kwako. Hilo tu. Vinginevyo siwezi kuishi Dora."

"Nakupenda," alijibu Dora. "Hilo naamini. Tatizo ni kwamba naamini vilevile kuwa sikupendi Kandili. Laiti usingepotoka kiasi hicho, ningekuwa mwanamke mwenye furaha zaidi ya wanawake wote. Ningekuwia radhi kutii lolote ambalo ungependekeza. Kwa sasa hayo hayawezekani Kandili. Mwenyewe waona wazi kuwa hayawezekani."

Huzuni aliyokuwa nayo Kandili ikashindwa nguvu na mshangao uliomshika ghafla. Mshangao wake juu ya mwanamke huyu aitwaye Dora. Ni nini anachohitaji katika maisha zaidi ya mapenzi na pesa? Iko starehe yoyote duniani bila pesa? Pesa, katika nchi hii ambayo mshahara wa mwezi mzima hautoshi kununulia angalau pea moja ya viatu. Zawezaje kupatikana bila ya kutumia mbinu za magendo na rushwa ambazo siku hizi karibu kila mtu anazitumia na kuzitegemea? Dora anamfikiriaje yeye? Shetani! Sawa, lakini lazima afahamu kuwa ushetani huo ulikuwa umemjia bila ya kutegemea, kama maradhi ya kuambukiza ambayo mwanadamu yeyote anayeishi miongoni mwa wanadamu wengine wenye maradhi hayo hawezi kuyaepuka. Mtu kama yeye, ambaye maisha yake yalikuwa yameoza kwa ufukara, akapata kazi yenye mshahara ambao hauridhishi hata nusu ya mahitaji yake. Yawezekanaje akaishinda tamaa ambayo usiku na mchana inamshawishi kukiuka haki na wajibu ili apate pesa zaidi? Wakati huo huo macho yake yakiwatazama watu wengi ambao kwa miaka mingi wamekuwa wakiishi kiutajiri kwa kuikiuka haki na wajibu? La. Ingemhitaji mwanadamu mwenye moyo wa malaika kuishinda nguvu tamaa hiyo. Mtu kama Dora. Na sio rahisi wengi wa aina yake kupatikana.

Hivyo, kiasi Kandili hakuona kama ilikuwa haki yake apokee na kubeba lawama zote za uhujumu kama alivyodai Dora. Walikuwepo watu wengine wengi, wahujumu kwa wasio wahujumu, ambao wanayo haki ya kupata sehemu ya lawama. Watu ambao wana madaraka juu ya wengine, wenye dhamana ya kulinda haki na sheria, lakini kwa sababu moja au nyingine wakashindwa kuchukua hatua madhubuti maradhi hayo yalipoanza. Magugu hupaliliwa pindi yangali machanga. Wao waliyaacha yakakomaa, yakachanua na kumwaga mbegu ambazo zilitapakaa shamba zima na kuelekea kutawala mimea yote. Ile michache iliyonusurika bado imedhoofika kiasi cha kumfanya mwenye shamba hilo ashindwe kupambanua baina yake na magugu. Siku hizi ni jambo la kawaida mtoto wa miaka kumi 'kukugonga' sabuni na sigara kwa bei ya kushangaza mradi azipate na kupata fununu kuwa zimeadimika. Siku hizi si jambo geni kumwona mzee wa miaka mingi akikuambia: "Nauza kanga za Mombasa." Wala haishangazi tarishi wa ofisi kukudai 'chochote' kabla hajakutafutia barua yako katika majalada.

Pengine ni kupanda kwa maisha ambako kunawashurutisha watu kuwa kama walivyo. Pengine ni maradhi tu ambayo yamekuwa kama donda ndugu. Watazame watu kama Kalulu. Hali yao ya maisha si mbaya. Wamebahatika kupata kila kitu ambacho ni ndoto kwa mamilioni wengine. Lakini bado wanafanya magendo na kula rushwa bila haya japo vitendo vyao ni vya siri. Hawatosheki wala hawaelekei kuwa watatosheka. Maradhi yao hayana dawa. Baya zaidi ni watu hao hao kuwa viongozi wa kile wanachokiita "vita dhidi ya wahujumu." Si walisema wahenga kuwa zimwi likujualo halikuli likakwisha? Lazima liko jambo lililokosewa au kusahaulika kabla ya kuanza vita hivyo. Ama matokeo yake hayataridhisha kama ilivyodhamiriwa. Sikia wanavyofungwa watu, sikia wanavyoendelea kulanguana hata tikiti za usafiri. Bila shaka linahitajika jambo jingine zito zaidi ya kutangaza tu na kuanza kukamata watu. Wanaoshikwa ni wale walio na mali mkononi au nyumbani, waliofunika siri zao moyoni wanaitwa watakatifu. Wenye mipango haramu ya siku za baadaye wanahesabiwa kama waaminifu. Ufagio wa wahujumu ungeanzia pembe hii hadi ile ya chumba. Usingeacha chungu kisichofunuliwa. Usingeacha mwanya Wowote ambao unaweza kuruhusu kuibuka kwa njia nyingine ya hujuma.

Kuwezekana kwa jambo hilo si kitu ambacho chaweza kuamuliwa kwa usiku mmoja na kesho kikakamilika. Ni jambo zito ambalo linauhitaji utafiti madhubuti na ushirikiano. Kitafutwe chanzo cha upotovu na kushughulikiwa, kwani mwiba hutokea ulikoingilia. Kama udhaifu ulitokana na uongozi, urekebishwe; kama ni katiba, iandaliwe upya; kama ni siasa, itazamwe upya. Kwani serikali ni ya watu na siasa ya nchi yoyote ni ile inayowafaa wananchi kwa faida yao kiutu na kiuchumi. Siasa ambayo itayaweka mbele malengo yake na kumsahau anayeishi au anavyohitaji kuishi mtu si siasa ya watu. Ni sawa na kiongozi ambaye badala ya kuongoza anaongozwa na ndoto zake mwenyewe huku, bila kujijua, akipambana na watu wake waliomwamini wakamchagua. Enzi za watu kudhani kuwa kubadili kiongozi au uongozi ni usaliti zilikwisha pita. Hizo ni enzi za mababu ambazo uongozi ulifuata koo. Enzi za sasa zimeweka mikononi mwa watu mamlaka. Wanao au wanaostahili kuwa na uwezo wa kuibadili iwapo wanaamini kitendo hicho kimedhamiria kuwainua kwa pamoja.

Wakati umepita zamani ambapo watu waliongozwa kwa maneno na kuyaamini. Historia imewafundisha kuwa ni vitendo vinavyostahili kutazamwa. Mfano ni siasa ya Ujamaa. Inapendwa na wengi ulimwenguni kote na kuaminika kuwa ndiyo njia pekee ambayo inaweza kumfanya kila raia kula matunda ya Uhuru. Lakini Ujamaa huo unaweza kutumika kama kofia ambayo itawaziba macho wananchi huku wachache wakiendelea kujaza matumbo yao kwa utulivu kabisa.

Kandili mwenyewe alijiona kuwa mfano halisi wa hali kama hiyo.

Miaka nenda rudi amekuwa akijineemesha kiuchumi huku Ujamaa ukiendelea kuimbwa huku na huko. Angeendelea kuneemeka iwapo 'serikali isingegutuka hivi karibuni. Kama kuujenga ujamaa, lazima silaha zote za ujenzi zitumike, nyufa zote za ubepari zizibwe. La sivyo utakuwa ni mchezo ambao hauna mwelekeo ...

"Naenda shamba ..."

Kandili akagutuka kwa sauti hiyo na kumkumbuka Dora. Akamtazama, kisha akayaepuka macho yake haraka.

"Mbona hujanijibu Dora?"

"Sijui nikujibu nini zaidi."

"Waweza kunijibu upendavyo," Kandili alimjibu. "Nimekwisha sema kuwa maisha yangu hayatakuwa na heri yoyote tena bila wewe. Kunikataa ni kunihukumu kifo. Nisipokufa naamini nitapata wazimu kwa kuyafikiria madhambi yangu kwako ..."

"Na kwa mwanao aliyekufa," alidakia Dora. "Na kwa mamilioni ya Watanzania ambao bila wewe kujua wala wao kuwa na habari vitendo vyako vimekuwa adhabu kwao kifikra na kiuchumi. Umelikosea taifa hili na watu wake. Umesaidia kupanda mbegu ya tamaa ambayo imekiharibu kizazi kifuatacho. Kwa kweli dhambi zako ni zito Kandili. Sidhani kama ..."

"Yanafaa kusamehewa," Kandili alidakia. "Pia natumai nimekuelewa sasa Dora. Sasa nenda zako shamba, ukirudi nakusihi usiendelee kujisumbua kuyapoteza machozi yako kunililia. Acha nife kifo cha mbwa koko, maiti yangu iliwe na mbwa wenzangu."

Sauti yake ilikuwa na huzuni kubwa na ikafanya machozi yaanze tena kumtoka Dora. "Sivyo Kandili," alijibu baadaye. "Nilichotaka kusema ni kwamba sidhani kama adhabu yoyote inakustahili. Lakini mpenzi, taifa letu bado linakupenda kama mimi ninavyokupenda. Linakuhitaji na kukutegemea. Vita vilivyoanzishwa na kuitwa vita havina maana ya kukuangamiza wewe na wote waliopotoka. La, haja ya serikali ni kukurudi tu. Adhabu ndogo wanayopewa watu hailingani kabisa na makosa yao. Wewe kwa mfano, umemuua mwanao, umewaua watoto wengine maelfu. Unadhani hata ukinyongwa au ukijinyonga utakuwa umesaidia kurejesha maisha na upotovu mwingine uliousababisha? Kisha hauko peke yako, mko maelfu na maelfu. Bado wengine wana njaa na wivu wa kushika nafasi zenu wafanye yote mliyofanya nyie na zaidi. Bado wengine wanazaliwa ambao watataka kufuata nyayo zenu. Hayo serikali inayafahamu. Na itajitahidi kuendelea kuyafahamu. Lakini nia yake ni kusafisha dhambi hizo na kuhakikisha hazitokei tena," akapumua kabla hajaongeza, "kwa hiyo mpenzi, ambalo ningekushauri ni wewe kutenda kitendo cha kiungwana. Jipeleke polisi ukajisalimishe. Tubu dhambi zako zote. Pokea adhabu yoyote utakayopewa. Kitendo hicho kitaosha moyo wako na kuonyesha njia kwa mioyo michanga ambayo imeanza kuota mizizi ya kufuata nyayo zako. Nami nitafarijika nikijua kuwa umekuwa mtakatifu kama ulivyokuwa awali. Jambo hilo ndiyo shukrani pekee ambayo naiomba kutoka kwako Kandili."

Kandili alitaka kucheka, akajizuia. Ajipeleke kwa akina Kalulu? Si watanifikiria mwendawazimu? Pengine hata mali yake ambayo wataitaifisha wataanza kuifikiria namna ya kuitafuna. Dora anajua kweli anachohitaji?

"Ni hilo tu unalohitaji mpenzi?" Akahoji. "Hilo tu."

"Na endapo nitajaliwa kurudi, utakubali kuwa wangu?"

"Siyo kukubali. Nitaendelea kuwa wako. Na nitakuwa mwanamke mwenye furaha kuliko wote."

"Lakini wakati huo sitakuwa na pesa Dora."

"Umesahau mara hii kuwa ni pesa zinazonifanya niku-chukie Kandili? Nilikupenda ulipokuwa mikono mitupu. Nitakupenda zaidi endapo utakuwa umetoa mali yako yote kwa hiari. Nitakupenda milele."

Kandili akatikisa kichwa. "Vilevile," aliongeza, "huenda nikafungwa kwa miaka mingi. Utakuwa radhi kunisubiri Dora?"

"Nimekuwa radhi miaka zaidi ya kumi. Nitashindwaje kuwa radhi miaka kumi zaidi? Pengine hukufahamu Kandili. Sina budi kukufahamisha kwa mara ya ngapi sijui kuwa roho yangu haimwoni mwanamume yeyote duniani zaidi yako. Nenda ukijua kuwa nitakuwa kama mjane anayesubiri siku ya kufufuka kwa mumewe."

Jibu hilo likamfariji Kandili kuliko faraja yoyote aliyowahi kupata kwa jambo lolote maishani mwake. Akahisi moyo wake ukijaa furaha na ushujaa usio kifani. Akatamani apae ghafla na kuruka hadi kwa polisi. Kwa kuwa uwezo huo haukumtokea, alitoka haraka haraka baada ya kumtupia Dora jicho la mwisho na kunong'ona polepole:

"Kwa heri mpenzi. Natumai nitarudi."

* * *

Dora alibaki pale pale alipokuwa kasimama, katika chumba chake kisicho na kitu chochote cha thamani kubwa. Machozi yaliendelea kumtiririka usoni na kuteleza hadi kinywani mwake. Kinywa ambacho kiliachwa wazi kwa kitu ambacho mwenyewe hakujua kama kilikuwa kilio au kicheko. Machozi haya pia hakufahamu kama yalikuwa ya furaha au la. Rohoni alisikia furaha kwa ushauri aliompa Kandili, lakini roho nyingine ilimtisha ikamlaumu kwa kitendo hicho. Umempoteza bure," ilisema. "Wenye madhambi kama yake ni wengi mno. Wako ambao hawajakamatwa. Wako ambao hawajaanza kufanya madhambi yao. Kunaswa kwa Kandili peke yake hakutaleta mabadiliko yoyote. Wajibu ni wa kila mtu, popote alipo, kuubadili msimamo wake. Wahujumu waache hujuma zao, na wafanyamagendo wakome. Wanaohujumu kwa kutotimiza wajibu wao makazini wajirekebishe. La sivyo, hatufiki tuendako."

"Lakini kujitakasa kwa Kandili ni wajibu," aliwaza kimoyomoyo.

"Bure. Umejiongezea adhabu," sauti ilimjibu moyoni.

"Kwa ajili ya utu na haki."

"Bure. Ni kwa ajili ya ujinga mtupu. Hujui ufanyalo ..."

Sauti hii ilimtia Dora huzuni na hofu. Ikamfanya atoke nje mbio ili kumfuata Kandili. Hakujua alikoelekea. Wala hakujua angemwambia nini.

"Umejikomoa ... sasa ulie tu ..." Sauti iliendelea kumdhihaki.

"Hapana." Dora alifoka kwa nguvu. "Najua nifanyalo. Lazima haki na utu vipatikane. Lazima dhambi zote zitakasike. Tunahitaji kuosha uovu wetu."

Sauti yake kali iliwaamsha majirani ambao walitoka nje kuja kutazama agombana na nani. Ikawashangaza kuona kasimama peke yake, jembe mkononi. Wazimu? Walijiuliza. Mmoja alimsogelea na kuthubutu kumuuliza hali.

Hayo yalimfanya Dora ajikumbuke na kukumbuka kurudi ndani. Huko ndani aliketi kitandani, jembe kalitua kando na mikono yake ikilipapasa tumbo lake lililofura. Machozi. mengi yalimtiririka. Hakujua kama alikuwa akimlilia Kandili au mtoto aliyemo tumboni mwake kwa hofu ya kutojua kama angeishi au kuishia kuuawa na baba zake kama sauti ilivyokuwa ikimwambia.

"Si utaona?" Iliendelea kumnong'oneza kwa kebehi.

"Ndiyo ... Nitaona ..." alijibu akifumba macho kupambana na machozi.

Printed in the United States
By Bookmasters